அப்பா, அன்புள்ள அப்பா!

கிழக்கு பதிப்பக வெளியீடுகளாக சுஜாதாவின் புத்தகங்கள்

மீண்டும் ஜீனோ
நிறமற்ற வானவில்
நில்லுங்கள் ராஜாவே
தீண்டும் இன்பம்
ஆஸ்டின் இல்லம்
அனிதாவின் காதல்கள்
நைலான் கயிறு
24 ரூபாய் தீவு
அனிதா இளம் மனைவி
கொலை அரங்கம்
கமிஷனருக்கு கடிதம்
அப்ஸரா
பாரதி இருந்த வீடு
மெரீனா
ஆர்யபட்டா
என் இனிய இயந்திரா
காயத்ரி
ப்ரியா
தங்க முடிச்சு
எதையும் ஒருமுறை
ஊஞ்சல்
ஓரிரவில் ஒரு ரயிலில்
மீண்டும் ஒரு குற்றம்
விக்ரம்
நில், கவனி, தாக்கு!
வாய்மையே சில சமயம் வெல்லும்
ஆ..!
வசந்த காலக் குற்றங்கள்
சிவந்த கைகள்
ஒரே ஒரு துரோகம்
இன்னும் ஒரு பெண்
6961
ஜோதி
மாயா
ரோஜா
ஓடாதே
மேற்கே ஒரு குற்றம்
விபரீதக் கோட்பாடு
ஐந்தாவது அத்தியாயம்
மலை மாளிகை
விடிவதற்குள் வா
மூன்று நாள் சொர்க்கம்
பத்து செகண்ட் முத்தம்
கம்ப்யூட்டர் கிராமம்
இளமையில் கொல்
மேகத்தை துரத்தியவன்
ஒரு நடுப்பகல் மரணம்
நகரம்
இதன் பெயரும் கொலை
மண்மகன்
தப்பித்தால் தப்பில்லை
விழுந்த நட்சத்திரம்
முதல் நாடகம்
ஆட்டக்காரன்
ஜன்னல் மலர்
என்றாவது ஒரு நாள்
வைரங்கள்
மேலும் ஒரு குற்றம்
சொர்க்கத் தீவு
கனவுத் தொழிற்சாலை
ஆயிரத்தில் இருவர்
பதினாலு நாட்கள்
உள்ளம் துறந்தவன்
பிரிவோம் சந்திப்போம்
கரையெல்லாம் செண்பகப்பூ
இரண்டாவது காதல் கதை
நிர்வாண நகரம்
குருபிரசாதின் கடைசி தினம்
இருள் வரும் நேரம்
திசை கண்டேன் வான் கண்டேன்
ஆழ்வார்கள் - ஓர் எளிய அறிமுகம்
தேடாதே
விருப்பமில்லாத் திருப்பங்கள்
விரும்பிச் சொன்ன பொய்கள்
கை
ஆதலினால் காதல் செய்வீர்
சிறுகதை எழுதுவது எப்படி?
ஸ்ரீரங்கத்து தேவதைகள்
மிஸ் தமிழ்த்தாயே நமஸ்காரம்

அப்பா, அன்புள்ள அப்பா!

சுஜாதா

கிழக்கு

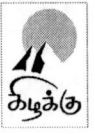

அப்பா, அன்புள்ள அப்பா!
Appa, Anbulla Appa!
by Sujatha
Sujatha Rangarajan ©

Kizhakku First Edition: November 2011
88 Pages
Printed in India.

ISBN: 978-81-8493-647-6
Title No: Kizhakku *619*

Kizhakku Pathippagam
177/103, First Floor,
Ambal's Building, Lloyds Road
Royapettah, Chennai 600 014.
Ph: +91-44-4200-9603
Email : support@nhm.in
Website : www.nhm.in

Cover : Shutterstock

Kizhakku Pathippagam is an imprint of New Horizon Media Private Limited

This book is sold subject to the condition that it shall not, by way of trade or otherwise, be lent, resold, hired out, or otherwise circulated without the publisher's prior written consent in any form of binding or cover other than that in which it is published and without a similar condition including this the rights under copyright reserved above, no part of this publication may be reproduced, stored in or introduced into a retrieval system, or transmitted in any form or by any means (electronic, mechanical, photocopying, recording or otherwise), without the prior written permission of both the copyright owner and the above-mentioned publisher of this book.

பொருளடக்கம்

கர்நாடக மாநில நாட்டுப்புறப் பாடல்கள் - ஓர் அறிமுகம்	07
ஒரு வாரம்	22
நிமிஷத்துக்கு இரண்டு கடிகாரம்	25
அப்பா, அன்புள்ள அப்பா!	31
குமுதம் ஆசிரியர் எஸ்.ஏ.பி.	37
விகடன் ஆசிரியர் பாலன்	40
கார்த்திகேயன்	43
கமிஷனருக்குக் கடிதங்கள்	51
பதில்கள்	54
பாபக் கிரகம்	58
புத்தனாம்பட்டியில் கம்ப்யூட்டர்	63
பரூர் பரிசோதனை	65
கம்ப்யூட்டர்களைப் பற்றி…	71

கர்நாடக மாநில
நாட்டுப்புறப் பாடல்கள்
- ஓர் அறிமுகம்

நாட்டுப்புறப் பாடல்களின் எளிமை, இனிமை பற்றியெல்லாம் நமக்கு வழக்கில்லை. 'கவிதையின் தாய்' என்று அதை ஐரோப்பிய ஆராய்ச்சியாளர் ஒருவர் கூறியதுடன் எனக்குச் சம்மதம். தமிழில் நாட்டுப்புறப் பாடல்களைப் பற்றிய விழிப்புணர்ச்சி சமீபத்தில் தோன்றியுள்ளது. கி.வா.ஜ., செ.மு. அன்னகாமு, வானமாமலை இவர்களின் ஆரம்ப முயற்சிகளிலிருந்து தொடங்கி, தற்போது சுமார் பத்துப் பன்னிரண்டு உருப்படியான தொகுதிகளுக்கு வந்துள்ளோம். திருச்சி வானொலியில் நிறையப் பாடல்கள் பதிவாகியுள்ளன. மதுரைப் பல்கலைக் கழகத்தில் சிலர் இந்தப் பாடல்கள் சார்பாக டாக்டரேட் பதிவு செய்துகொண்டுள்ளார்கள். டாக்டர் சண்முகசுந்தரம் திருநெல்வேலி ஜில்லாவைத் தீர அலசியிருக்கிறார். அதுபோல கொங்கு நாட்டுப் புறப்பாடல்களை க.கிருட்டிணசாமி இரண்டு தொகுப்புகளாகப் பதிப்பித்திருக்கிறார். மா.வரதராஜன் பொதுவாகவும் தெம்மாங்குப் பாடல்களைத் தனிப்பட்டும் தொகுத்திருக்கிறார். உலகத் தமிழ் ஆராய்ச்சி நிறுவனம் நாட்டுப் புற இயலைப் பற்றிய ஒரு கட்டுரைத் தொகுதியை வெளியிட்டிருக்கிறது. சில கதைப்பாடல்கள் அழகாகப் பதிவாகியுள்ளன (உ-ம்: சக்திக்கனல் பதிப்பித்த 'அண்ணன்மார் சுவாமி கதை'). 'வனந்தரப் பூக்கள்' என்கிற சமூகவியல் அறிமுகத்தில் கோவை இருளர்களின்

நாட்டுப்புறப் பாடல்களை செங்கோ தந்திருக்கிறார். இருந்தும் கன்னடத்தோடு ஒப்பிட்டால், இந்தப் பணியில் நாம் பின்தங்கி இருக்கிறோம். நாட்டுப்புற இயலுக்குக் கர்நாடக மாநில அரசு தனிப்பட்ட அகாடமி அமைத்திருக்கிறது. தனியார் டிரஸ்ட்டு ஒன்றும் உள்ளது. தார்வார் கர்நாடக பல்கலைக்கழகத்தில் நாட்டுப்புறப்பாடல்களில் தனித்த எம்.ஏ. பாடம் இருக்கிறது என்று தெரிந்தது. ஆயிரக்கணக்கான பாடல்களைச் சேகரித்துப் புத்தகங்களாகப் பதிப்பித்திருக்கிறார்கள். கன்னட நண்பர்கள் யாரைக் கேட்டாலும் வீட்டில் ஒரு தொகுப்பு இருக்கிறது. பொது ஜன, மாணவ ஆதரவு இருக்கிறது. நான் இந்தப் பாடல்களைப் படித்துப் பார்க்கத் தீர்மானித்ததும் பலர் உற்சாகமாகப் புத்தகங்கள் கொடுக்க முன்வந்தார்கள். ஒரு வாரத்துக்குள் எனக்கு ஆயிரம் பாடல்கள் கிடைத்துவிட்டன.

என்னுடைய கன்னட ஞானம் அதிகம் இல்லை. எழுத, படிக்கக் கற்றிருக்கிறேன். சுமாராகப் பேசுவேன். இந்த மொழியில் எனக்கு இலக்கியப் பாசாங்குகள் எதுவும் கிடையாது. இதுவே நாட்டுப் புறப் பாடல்களை ரசிப்பதில் ஒரு சாதகமாக இருந்தது. என் புத்திக்குச் சட்டென்று புரிந்த பாடல்களைத்தான் இந்தக் கட்டுரையில் உதாரணங்களாக அளிக்கப்போகிறேன். இவ்வகையில் நிறையவே பாடல்கள் உள்ளன. (இது நாட்டுப் புறப் பாடல்களின் பொதுச் சிறப்பு).

•

எந்த மொழியிலும் நிஜமான நாட்டுப்புறப் பாடல்களை அடையாளம் கண்டுகொள்வது சுலபம் என்று எண்ணுகிறேன். அவை காட்டும் உணர்ச்சிகளில் ஒரு யோக்கியம் இருக்கும். நாட்டுப்புறப் பாடல்கள் எழுதப்பட்டவையா பாடப்பட்டவையா என்பது பற்றிச் சர்ச்சை இருக்கிறது. அன்னகாமுவின் 'ஏட்டில் எழுதாக் கவிதைகளில்'கூட காவடிச்சிந்து வடிவத்தில் மடங்கி மடங்கி எதுகை வரும் பாடல்கள் எழுதப்பட்டவை என்றே எனக்குத் தோன்றுகிறது.

'ஏடு படிச்சவரை
எழுத்தாணி தொட்டவரை
பாரதம் படிச்சவரை
பாத்துவெகு நாளாச்சு.'

என்று ஓர் எழுதாத நாட்டுப் பாடலே எழுதப் படிக்கத் தெரிந்த வர்களைப் பற்றிப் பேசுகிறது. எழுதியதோ, எழுதாததோ அதைப் பற்றிக் கவலைப்படவேண்டாம். உண்மையான நாட்டுப்புறப் பாடல்களை இனம் கண்டு கொள்ள அவற்றின் 'இயல்பு' Spontaneityதான் அடையாளம். அவற்றின் கர்த்தாக்கள், பத்திரி கையில் பெயர் வரப் பாடவில்லை. கடைசியில் தன் பெயர் தப்பில்லாமல் அச்சாகவேண்டும் என்று பாடவில்லை. செய்யும் தொழிலின் களைப்பை, வீட்டு வேலைகளின் களைப்பை மறப் பதற்கும் அழுவதற்கும் தொழுவதற்கும் பாடினார்கள். எம் மொழியிலும் இப்பாடல்களின் உந்துசக்தி ஏறக்குறைய ஒன்றாகத்தான் இருக்கிறது. கிராமத்துக் கடவுளர்கள் பெயர்கள் மாறுகின்றன. நம்பிக்கைகள் வித்தியாசப்படுகின்றன. ஆனால், ஆதாரதொனியில் கன்னடமோ, தமிழோ, துளுவோ ஒரே அடையாளம்தான். கன்னட மொழிக்கு, ஏழாம் நூற்றாண்டி லிருந்து சிலாசாஸனங்கள் கன்னட வரிவடிவில் காணப்படு கின்றன. கன்னடத்தைத் தமிழிலிருந்து பிரிந்த மொழி என்று தீர்மானமாகச் சொல்வதில் எனக்குத் தயக்கம் இருக்கிறது. நிச்சயமாகச் சங்க காலத்துத் தமிழிலிருந்து பிரித்திருக்க முடியாது. ஏனெனில் பண்பட்ட, தனிப்பட்ட வரிவடிவத்துடன் மலர்வதற்கு ஐந்து நூற்றாண்டுகள் போதாது. எந்த மொழியிலும் தேதி குறித்துக் கிளைமொழி ஒன்று புறப்படுவதில்லை. இயல் பான பரிணாம வளர்ச்சி பெற்று, மெல்ல மெல்லத்தான் ஒரு மொழி மாறுகிறது. கன்னடத்தில் வரி வடிவங்கள் தமிழைவிட மிக அதிகம். சம்ஸ்கிருதத்தை ஒத்தது. 'ஒத்தாட்சரம்' என்னும் இரண்டு மூன்று எழுத்துகள் சேருவதற்குத் தனிப்பட்ட விதிமுறை கள் கொண்டது.

இருந்தும் தமிழுக்கும் கன்னடத்துக்கும் இருக்கும் ஒற்றுமை மறுக்க முடியாதது. இன்றைக்கு அன்றாட வார்த்தைகளாக இருக்கும் பல கன்னட வார்த்தைகள், சங்க காலத்துத் தமிழ் வார்த்தைகளாக இருப்பது வியப்பாக இருக்கிறது. (மனை, அங்காடி, மகவு, திங்கள்...) பழைய கன்னடத்தின் கவிதை வடிவங்கள் தமிழை ஒத்து இருக்கின்றன. தமிழ், கன்னடம் இரண்டுமே ஒரு புராதன முன் திராவிட (Proto Dravidian) மொழியிலிருந்து கிளைத்திருக்கலாம் என்று தோன்றுகிறது. அம்மொழி, சிந்துவெளி நாகரிகத்தின் படஎழுத்துகளுடனும் ஹரப்பா இலச்சினைகளுடனும் சம்பந்தப்பட்டிருக்கலாம்.

கன்னடத்தில் முதல் நாட்டுப்புறப் பாடல்களின் தொகுப்பு, சென்ற நூற்றாண்டின் தொடக்கத்தில் (1802) ஜான் லெய்டன் என்கிற கிழக்கிந்திய கம்பெனியைச் சேர்ந்த ஸ்காட்லாண்டுக் காரர் தொகுத்தது. சீரங்கப் பட்டணத்தின் வீழ்ச்சியைப் பற்றிய கதைப் பாடலை இவர் ஆங்கிலத்தில் மொழிபெயர்த்ததாகத் தெரிகிறது. லெய்டன் ஸர்வாய்ட்டர் ஸ்காட்டுடன் ஸ்காட் லாண்டு நாட்டுப்புறப் பாடல்களையும் தேடியவர். அதன் பின் ஹட்சன் ஸ்டீவன்சன், லைல்டால்ஸல் போன்ற கிறித்தவ பாதிரிமார்கள் இப்பாடல்களைத் தொகுத்துள்ளனர். 1871-ல் 'தென்னிந்திய நாட்டுப் பாடல்கள்' என்று லண்டனில் ஒரு புத்தகத்தை ஸி.ஏ. கோவர் (C.A. Gower) என்பவர் பதிப்பித்திருக் கிறார், இந்தப் புத்தகத்தில் புரந்தரதாஸர் பதங்களும், குடகு நாட்டின் 'ஹுத்தரி ஹப்பா' என்னும் விழாப் பாடல்களும், பாடகர்களின் பாடல்களும் ஆங்கிலத்திலும் இதர திராவிட மொழிகளிலும் மொழிபெயர்ப்பாகிப் பதிப்பாகியிருக்கின்றன. ஜே.எஃப் ஃப்ளீட் (Fleet) என்பவர் இண்டியன் (Indian) ஆண்டிக் வேரியில் (Antiquary) சில கதைப் பாடல்களுக்கு உரைநடை வடிவம் தந்திருக்கிறார். 'செங்களிராயன பெண்டாயா' என்னும் அந்தக் காலத்து வீரனின் கதை விசேஷம்.

இந்த நூற்றாண்டின் ஆரம்பத்திலிருந்து இன்று வரை பி.எம். ஸ்ரீகண்டைய்யா, மாஸ்தி வெங்கடேச அய்யங்கார், தாரா பெந்த்ரே, கோரூர் ராமசாமி அய்யங்கார் போன்ற கன்னட இலக்கிய கர்த்தாக்கள் நாட்டுப்புறப் பாடல்களில் ஆர்வம் காட்டியுள்ளார்கள். தொகுத்துள்ளார்கள். கன்னடத்தில், இக் காரணங்களால், நாட்டுப்புறப் பாடல்கள் மிகுதியாகவே கிடைக் கின்றன. வங்காளத்துக்கு அடுத்தபடி இந்திய மொழிகளிலே மிக அதிகப்படியான பாடல்களைக் கொண்டது கன்னடம் என்று சொல்கிறார்கள்.

பாடல்களைப் பொதுவாக 'ஜனபத கீதகளு' என்று சொல் கிறார்கள், ஜில்லாவுக்கு ஜில்லா பாடல்களின் வகை வேறு படுகிறது. தெற்கே கோவையில்கூட கன்னட நாட்டுப்புறப் பாடல்கள் புழங்கியிருக்கின்றன. வடக்கே பீதார் (Bidar) வரை பரவியுள்ளது. 'துந்துமே', 'லாவணி', 'ரகளே', 'ரிவாயத்' போன்ற பாடல்கள் வடக்கு கர்நாடகத்திலும், மண்டியா ஜில்லாவில் 'கொந்திய பதகளு, தும்கூர்', ஆஸன் ஜில்லாக்களில் 'திங்குளு மாவின பதகளு', ஷிமோகா ஜில்லாவில் தீபாவளிப்

பாட்டுகள், தென் கன்னடத்தில் பூதாராதனைப் பாட்டுகள், குடகின் ஹுத்தரி (புதிய அரிசி) விழாப் பாட்டுகள் என்று பல்வேறு வேறுபடினும் எல்லா ஜில்லாக்களுக்கும் சோபானப் பாடல்களும், கல்யாணப் பாடல்களும் 'பிஸுவகல்லு' என்று சொல்லப்படும் மாவரைக்கும் இயந்திரக் கல்லைச் சார்ந்த பாடல் களும் பொதுப் பாடல்களாக உள்ளன.

பெரும்பாலான பாடல்கள் நடுகன்னடம் அல்லது சமீபத்திய கன்னடத்தில்தான் உள்ளன. இருந்தும் ஒன்பதாம் நூற்றாண்டில் நாட்டுப்புறப் பாடல்களைப் பற்றி ந்ருபதுங்க ராஜா, 'குரிதோத தேயும் காவ்யப்ரயோக பரிணதமதிகள்' என்று குறிப்பிடுவது படிப்பறிவில்லாதவர்கள் செய்யும் காவியம் என்று நாட்டுப்புறப் பாடல்களைத்தான் குறிப்பிடுவதாகச் சொல்கிறார்கள். இந்தப் பாடல்கள் தொன்று தொட்டு இருந்து வருவதாகத் தெரிகிறது.

கன்னடத்தில் பெரும்பாலான நாட்டுப்புறப் பாடல்களின் வடிவம் 'த்ரிபதி' என்கிற மூன்றடிப் பாடல்களாக இருக்கின்றன. 'த்ரிபதி'யைத் தமிழின் குறளிலிருந்து வந்திருக்கலாம் என்று புரொபஸர் ஸ்ரீகண்டையா சொல்கிறார். இது ஒரு விநோத மான வடிவம், எதுகை, மோனை இருக்கிறது. 'ஆதி ப்ராசம்'என்று இவர்கள் சொல்லும் ஆரம்ப எதுகை, குறிப்பாகத் தமிழின் சிறப்பு அம்சம். திராவிடத்தனத்துக்கு அடையாள மாகவே இந்த ஆரம்ப எதுகைகளைச் சொல்லாம். மற்ற ஆதிராவிட மொழிகளின் முடிவில்தான் எதுகை (டெர்மினல் ரைம்) கன்னட நாட்டுப் புறப்பாடல்களின் த்ரிபதி வடிவம் நம்முடைய சிந்தியல் வெண்பாவை ஒத்ததாக இருக்கிறது. ஒரு பாட்டைப் பார்த்தால் புரிந்துவிடும். கன்னடத்திலேயே கொடுக் கிறேன். மிகப் பிரபலமான பாடல்.

'ஆலக்கே ஹுவில்லா
சாலக்கே கொனெயில்லா
ஜாலிய மரவு நெரளில்லா
ஹெண்ணிகே
தாயிய மனயு ஸ்திரவில்லா'

(ஆலுக்குப் பூவில்லை, கடனுக்கு முடிவில்லை, ஜாலி மரம் (ஒருவகையான முள்மரம்) நிழலில்லை, பெண்ணுக்குத் தாயின் மனை ஸ்திரமில்லை).

இந்தப் பாட்டின் வடிவத்துடன் நம் பழைய சிந்தியல் வெண்பா வின் வடிவத்தை ஒப்பிட்டுப் பாருங்கள்.

> 'நறுநீல நெய்தலும் கொட்டியும் தீண்டிப்
> பிறநாட்டுப் பெண்டிர் முடிநாறும் பாரி
> பறநாட்டுப் பெண்டிரடி'

'ஆலக்கே' 'சாலக்கே' 'ஜாலிய' என்ற எதுகைகளும் வெண்பாவை நினைவுபடுத்துகின்றன. சில இடங்களில் வெண்தளைகூடச் சரியாக வருகிறது (இது எல்லாப் பாடல்களுக்கும் உத்தர வாதமில்லை). எனினும் இந்த த்ரிபதி வடிவம் தமிழின் சிந்தியல் வெண்பாவின் வடிவத்துக்கு மிக அருகில் இருப்பதை மறுக்க முடியாது. கன்னட நாட்டுப்புறப் பாடல்களில் ஆயிரக்கணக்கில் இந்த வடிவத்திலேயே இருப்பது எனக்கு ஆச்சரியம் அளிக்கிறது. அதன் சத்தமும் சட்டென்று முடிந்துவிடும் அமைப்பும் இந்தப் பாடல்களுக்கு ஏற்றதாக அவர்கள் உணர்ந்திருக்கலாம்.

இனி, பாடல்களைப் பார்க்கலாம்.

தமிழில் நாட்டுப்புறப் பாடல்களைப் பொதுவாக இறைவன் தாலாட்டு, ஒப்பாரி, தொழில் பாடல்கள், காதல், விளையாட்டு, கதைப் பாடல்கள் என்று வகைப்படுத்தலாம்.

கன்னடத்தில் நான் பார்த்தவரை இறைவன் பாடல்கள் மிகுதி யாகவே இருக்கின்றன. தாலாட்டுப் பாடல்கள் சற்றுக் குறைவு. ஆனால் அழும், விளையாடும் மகனை (எப்போதாவது மகளை) கொஞ்சும் சில அழகான பாடல்கள் உள்ளன. ஒப்பாரி என்று நம் தமிழில் போல விஸ்தாரமாக இல்லை. எமாராஜனுடன் வாதாடு வதாகச் சில வசீகரமான பாடல்கள் உள்ளன. சாவைப் பற்றிய கலக்கமான பாடல்களும் உள்ளன. தொழிற் பாடல்களில், ஏற்றப் பாடல்கள் தென் கர்நாடகத்தின் நதிக்கரைப் பகுதிகளில் உள்ளன. காதல் பாட்டுகள் தமிழுடன் ஒப்பிடக்கூடிய அளவுக்கு உள்ளன. கதைப் பாடல்கள் ஏராளம். விழாப்பாடல்களும் நிறைய. இந்த மாநிலத்துக்கே உரிய 'பீஸ‍ுவ கல்லு' என்னும் இயந்திரக்கல்லைச் சார்ந்த பாடல்கள் மிகுதியாக உள்ளன. இந்தப் பிரதேசத்தவர்கள் பெரும்பாலும் ராகியை மாவாக அரைத்து, மொத்தை பண்ணி, பிரதான உணவாக உண்ணுகிறார்கள். அதனால் வீட்டில் சதா ராகி போன்ற தானியங்களை வீட்டுக்கு வந்த பெண் அரைத்துக் கொண்டே இருக்கவேண்டும். அந்த

ஆயாசம் நீங்குவதற்கு அந்தக் கல்லை மையமாகக் கொண்டு, அந்தப் பெண்கள் தம் தனி வாழ்க்கை ஆசாபாசங்கள், சந்தோஷங்கள், சுக துக்கங்களைப் பாடிய மிக அருமையான பாடல்கள் பல உள்ளன.

பாடல்களை அறிமுகப்படுத்துமுன் என் மொழிபெயர்ப்பைப் பற்றிச் சிறிய குறிப்பு. சில பாடல்களை அப்படியே தமிழாக்கம் செய்ய முடிந்தது. சில பாடல்கள் அவ்வளவு எளிதல்ல. கன்னடத்தில் நான் சற்று முன் குறிப்பிட்டபடி ஒத்தாட்சரம் என்று ஒலிக் குறிப்புகளைச் சேர்த்து எழுதும் வசதியிருப்பதால், சில சமயங்களில் தீவிரமான நெருக்கம் - கம்ப்ரெஷன் அந்த மொழிக்குக் கிடைக்கிறது. மேலும், இவ்வகைப் பாடல்கள் முழுவதும் வட்டார வழக்கும் கொச்சையும் கலந்திருப்பதால் வார்த்தைக்கு வார்த்தை அவற்றை மொழிபெயர்க்க நான், பிரயாசைப்படவில்லை. 'பிட்டுஹெங்கே' (விட்டு எப்படி) என்பது கிராம பாஷையில் 'பிட்ஹயாங்கே' (Bithyange) என்று உச்சரிக்கப்பட்டு, 'பிட்ங்கே' என்று எழுதப்பட்டு, 'ஹ'வும் 'யா'வும் 'ட'வுக்குக் கீழே ஒளிந்துகொள்கின்றன. எனவே வார்த்தைக்கு வார்த்தை மொழிபெயர்ப்புகள் இல்லை. ஆதாரமாக இந்த கிராமத் தவனின், அவனின் உணர்ச்சிகளைப் பிடிக்க முயற்சித்திருக்கிறேன். அதை அடையாளம் கண்டு கொள்வதில் உங்களுக்குச் சிரமமிருக்காது.

இயற்கைக்கு வந்தனம் தெரிவிக்கும் பாடலுடன் தொடங்கலாம்.

'நிற்கும் பூமிக்குச் சரணம்
சூரிய சந்திரர்க்குச் சரணம்
சுற்றிலும் தேவர்களுக்குச் சரணம்
மழைதரும் மேகத்துக்குச் சரணம்'

மிகவும் எளிய தெளிவான சிந்தனை!

சொன்னதை ஞாபகப்படுத்துகிறேன். கன்னட நாட்டுப் புறப் பாடல்களை மொழிமாற்றம் செய்யும்போது வார்த்தைக்கு வார்த்தை நான் அவற்றைத் தொடரவில்லை. அந்த கிராமத்தவர்களின் உணர்ச்சிகளை மட்டும்தான் சிறைப்பிடிக்க முயற்சித்து இருக்கிறேன். இந்தப் பாடல்கள் பல மாவட்டங்களிலிருந்து தொகுக்கப்பட்டிருந்தாலும் தமிழ் வாசகர்களுக்கு இந்த விவரங்கள் தேவையில்லை. இக்கட்டுரையின் நோக்கம்

அறிமுகம்தான்; பல அருமையான பாடல்களை விட்டிருக்கலாம். கொடுக்கப்பட்டிருக்கும் சுமார் 30 பாடல்கள் என்னைக் கவர்ந்தவை. உங்களையும் வசீகரிக்கும் என நம்புகிறேன்.

இயற்கைக்கு வந்தனத்துடன் தொடங்கினோம். சில தெய்வப் பாடல்களையும் பார்க்கலாம்.

> தேவனை நினைத்தால்
> சாவில்லை பிறப்பில்லை
> பாம்பு கடித்தாலும்
> விஷமில்லை - சர்ப்பத்தைப்
> பாதையில் கடந்தாலும் பயமில்லை.

ஏழையாக இருந்தாலும் என்ன போச்சு?

> ஏழ்மை இருக்கட்டும்
> ஏழு பிள்ளை இருக்கட்டும்
> தேவன் தயை இருக்கட்டும் -
> தேவனே என்
> ஏழ்மைக் கவலை உனக்கிருக்கட்டும்

'உன்னைக் கொண்டு என் நாவகம் பால் மாற்றின்றி உறைத்துக் கொண்டேன்' என்னும் ஆழ்வாரின் அதே பக்தி மைசூர் கிராமத்தில்-

> நாராயணனே உன்பேரை என்
> நாக்கில் மேல்
> வைத்துக் கொண்டேன்

என்று விரிகிறது.

பிள்ளைகள் விளையாடுவதைப் பாட்டியோ, மற்றவரோ வர்ணிக்கும் வர்ணஜாலப் பாடல்கள் உள்ளன. பாட்டி, பேரனைக் கூப்பிடுகிறாள்:

> முத்தே வா மொட்டே வா வைரக்
> கல்லே வா அருச்சுனன்
> கழுத்தின் பதக்கமே வா

தாய் தன் மகன் அழுவதைக் கண்கொட்டாமல் பார்த்துக்கொண்டு

> அழுகிற மகனின் அழகிய உதடுகள்
> புருவம் வேம்பின்
> இளந்தளிர் - கண் பார்வை
> சிவனின் கையலகின் வீச்சு

என்கிறாள்.

அந்தப் பிள்ளை தொந்தரவு செய்தாலும் அவளுக்குப் பரவாயில்லை.

> அழுதால் அழட்டும் இப்பிள்ளை
> எனக்கிருக்கட்டும்
> வீட்டுவேலை கெட்டால்
> கெடட்டும் - இவன் போல
> மனைநிறைய மக்களிருக்கட்டும்

அந்த வீட்டில் காற்றோட்டம் குறைவாக இருந்தால் என்ன?

> காற்றெதற்கு? என்மகன்
> வாசலுக்கும் உள்ளுக்கும்
> ஓடி விளையாடும்
> காற்றிருக்கும் போது!

பிள்ளையில்லாத மனையை வருணிக்கும்போது, அந்தப் பெண் 'ஹைக்கூ'வின் அளவுக்குச் செல்கிறாள்.

> வீட்டில் சப்தமில்லை
> வாசலில் இட்ட கோலம்
> கலையவில்லை!

வீட்டில் இருக்கும் பெண்ணின், தின வாழ்க்கையின் அழகான காட்சிகள் விரிகின்றன. ராத்திரியில் பசுவிடம் போய் -

> பாத்திரம் எடுத்துப்
> பால்கறக்க வந்தேன்
> பசுவே கொஞ்சம் எழுந்திரு

> உன் எசமான்
> ராத்திரியில் பாலின்றி
> சாப்பிடவே மாட்டான்

அந்த ராத்திரியில், மனைவியைப் பால்கறக்க அனுப்புபவன் கொஞ்சம் கொடுமைக்காரன்தான். இருந்தும் அவன் கோபம் இப்படி மற்றொரு 'ஹைக்கூ'.

> மனைவியை அடிக்க
> கோல் கொண்டு வருவதற்குள்
> கோபம் போச்சு!

பலமுறை அவளைத் துரத்திவிடுவேன் என்று பயப்படுத்து கிறான். ஒரு முறை தாங்காமல்,

> துரத்திடுவேன் துரத்திடுவேன்
> என்று
> விரட்டுகிறாய் - துரத்திவிடேன்
> மரத்திலிருக்கும் செண்பகப்பூவை
> மற்றவரும் பறிப்பார்கள்

என்று சொல்லி விடுகிறாள். கணவன் கொடுமை அவளைச் சில சமயம் -

> பெண்ணாய்ப் பிறப்பதற்கு
> மண்ணாய்ப் பிறந்தால்
> மண்ணின்மேல் ஒரு மரமாய்ப்
> பிறந்தாலும்
> புண்ணியம் செய்தவர்க்கு
> நிழலாகலாம்

என்று ஏங்க வைக்கிறது.

பிறந்த வீட்டு ஞாபகம் வருகிறது.

> ஏணியைவைத்து மரமேறி
> எங்கே தாய்ஊர் என்று

எட்டிப் பார்க்கிறாள். மாமியார் வீட்டில் எல்லோரும் ஏசு கிறார்கள்.

> பாவி வயிற்றில் பிறந்து
> பரதேசி ஆனேன்
> பஞ்ச பாதகனைக்
> கைப்பிடித்தேன் - சிவனே
> பாதகி மனையில் மருமகளானேன்

அவள் முகம் கருப்பாயிருந்தால் என்ன?

> கருப்பென்று என்னை
> வெறுக்கின்றார்
> கருப்புப் பசுதரும் பாலை
> விருப்பமாய்ச் சிவபூசைக்குப்
> படைப்பதில்லையோ!

என்று யோசிக்கிறாள். செத்துப்போய் விடலாமா என்று கூடத் தோன்றுகிறது. ராத்திரி படுத்தால் எமராசன் கனவில் வருகிறான்.

> எமராசன் வந்தான்
> வெறுங்கையில் வரவில்லை
> கோடாலி கொண்டு
> குடல்மாலை போட்டு
> நல்ல மரங்களை வெட்ட வந்தான்
> பழம்விட்டு மரங்களை
> வெட்ட வந்தான்.

ஆனால், அவளுக்குச் சாக இஷ்டமில்லை. அவனிடம் கேட்கிறாள்.

> என்றைக்கும் வராத எமராசா
> இன்றைக்கு வந்தாயே
> கொள்ளய்யா குடிநீரு

அதற்கு எமராசன்-

குடிக்க வரவில்லை குந்த வரவில்லை
உன் உயிரை
எடுக்க வந்தேன் நடபெண்ணே

என்கிறான். இருவருக்கும் உரையாடல் தொடர்கிறது. (இந்தப் பாடல் எந்தச் சந்தர்ப்பத்தில் பாடப்படுகிறது என்பது பற்றிய விவரம் எனக்குச் சரியாகக் கிடைக்கவில்லை.

இருந்தும் இந்த மாதிரி சாவின் கடவுளுக்கும் ஒரு அறியா பெண்ணுக்கும் உரையாடலாக ஒரு பாடலை அமைத்த அவர்களின் கற்பனை வளம் ஆச்சரியப்பட வைக்கிறது.) அவள் தொடர்கிறாள். எப்படி வருவேன்?

மனைமுன்னே பந்தல் பண்டிகை
குதூகலம்
இதை விட்டு வருவேனோ எமராசா?

பண்டிகை கொண்டாட
மற்றொருத்தி வருவாள்
பெண்டாட்டி நீ விரைவில்
நடமுன்னே!

பாலைக் குடித்து விட்டுத்
தோளின் மேலுறங்கும்
பாலனை விட்டு எங்கே
வருவேன் எமராசா?

பாலனுக் கேற்ற பாலகியர்
பலர் வருவார்
மேலே பேசாமல் நடபெண்ணே!

அழகிய முண்டாசு அணிந்து
என்னுடன்
பழகிய கணவனை
விட்டு வருவேனோ?

> பழகிய கணவனுக்குப்
> பலபேரும் வைப்பாட்டி
> வருகிறார் நீ முந்தி நட பெண்ணே!

என்று அடுக்கடுக்காகச் செல்கிறது உரையாடல்!

எமராசனுடன் அவள் செல்லவில்லை. தாய்வீட்டுக்குச் சென்று விடுகிறாள். அங்கே போனாலோ கிடைப்பது உபதேசம்.

> ஆலுக்குப் பூவில்லை
> கடனுக்கு முடிவில்லை
> ஜாலி மரம் நிழலில்லை
> பெண்ணுக்கு
> தாயின் மனை ஸ்திரமில்லை
> வேலியில் படர்ந்த பூ
> வெள்ளியாய் இருந்தென்ன
> மல்லிகை போன்ற புருஷனை விட்டுச்
> செல்லாதே அன்னியனிடம்

கணவன் நினைவு வருகிறது. என்னதான் கொடுமைப்படுத்தினாலும் வேறு வழியில்லை.

> சுவாமி!
> தேவனாகி வர, கனவு காண்கிறேன்
> பூவாகி வா, தலைமுடிக்கிறேன்

என்கிறாள்.

அண்ணன் பெண்டாட்டி வேறு அலட்சியம் பண்ணுகிறாள்.

> அண்ணன் பெண்டாட்டி
> கெட்டிக்காரி,
> சுண்ணாம்பு கேட்டால் தராதவள்
> பொன்கேட்டால் கொடுப்பாளா?

மணியக்காரன் மனைவி தன் நகைகளைக் காட்டிப் பெருமை பேசிக்கொள்கிறாள்.

> மணியக்காரன் பெண்டாட்டிக்கு
> மணிச்சரம் கிணிச்சரம்
> மணியக்காரன் வேலை போனால்
> மலர்ச்சரமும் கூட இல்லை

என்று தன்னைத்தானே தேற்றிக்கொண்டாலும், கணவன் வீட்டுக்குத் திரும்பச் செல்லுவது கட்டாயமாகிறது. அப்பன் கொடுத்த சீர்களுடன் திரும்புகிறாள்.

> சேலை உடுத்துத்
> தொட்டில் எடுத்து - அப்பன்
> பாலுக்குத் தந்த எருமைபிடித்துப்
> பாதிவழியில்
> தாயின் மனை
> திரும்பி நோக்குகிறாள்!

மறுபடி கணவன் வீட்டுக்கு வந்ததும் அரைக்கிற கல்லுதான் அவள் அடைக்கலம்!

> கல்லம்மா தாயி
> மெல்லம்மா ராகியை
> ஜல்லு ஜல்லென்று
> உதிரம்மா - நானுனக்கு
> நெல்லரிசி ஆக்கிப் படைக்கின்றேன்.

திரும்பத் திரும்ப அவள் வாழ்க்கை போல, அந்தக் கல்லைச் சுற்றிச் சுற்றிவரக் கண்களில் லேசான கண்ணீருடன் தனக்குக் கல்லைக் கொடுத்த தாய் வீட்டை நினைத்து,

> கல்கொடுத்தவளுக்கு எல்லா
> பாக்கியமும் வரட்டும்
> பல்லக்கின் மேலே மகன் வரட்டும்
> அம்மனையில்
> மல்லிகை போல
> மருமகள் வரட்டும்!

என்று சொல்லி முடித்துவிட்டுத் தன் கணவனுக்குப் பசுவிடம் பால் கேட்கச் சொல்கிறாள்.

இந்தப் பாடல்களை நான் இணைத்த விதம் ஒரு சௌகரியத்துக் காகத்தான். இவை இந்தச் சந்தர்ப்பத்தில்தான் பாடப் பெற்றன என்று சொல்வதற்கில்லை. இருந்தும் கிராமத்து வீட்டு வாழ்க்கையின் பலவிதமான உணர்ச்சிகளை உருவகப்படுத்தும் வகையில் இவற்றை இணைத்திருக்கிறேன். என்னுடைய குறிக்கோள் மற்ற மாநில நாட்டுப்புறப் பாடல்களின் மேல் ஓர் ஆர்வத்தையும் அவற்றை ஒப்புக்கொள்ளக்கூடிய மன அகலத்தையும் வாசகர்களிடம் ஏற்படுத்துவதே. இன்னும் பல பாடல்களைக் கொடுக்க எனக்கு ஆசைதான். வெளிப்புறத்தில் பாடப்படும் உற்சவப்பாட்டுகள், ஆண்கள் கோலாட்டம், புராணக்கதைப் பாடல்கள், உள்ளூர் தெய்வங்கள் மேல் பாட்டுகள் இவற்றையெல்லாம் அவகாசம் வந்தால் தொகுத்துத் தருகிறேன். அந்த வகைப் பாடல்களுக்கு ஒரே ஒரு ஆக்ரோஷமான பிரதிநிதியாக ஒரு ஏழை பாடும் பாட்டைக் குறிப்பிட்டு இந்தக் கட்டுரையை முடிக்க விரும்புகிறேன்.

ஏழை இறந்தால்
எரிக்க விறகில்லை
ஆழ வயிறெரிந்து
வெந்தால்தான் உண்டு - தேவனே
ஏழைக்கு எதற்கு சாவு?

('அன்னம் விடு தூது'
ஆகஸ்ட் - செப்டெம்பர், 1984)

ஒரு வாரம்

நூற்றெழுபத்தாறு கதைகள், ஆயிரத்து அறுபத்து இரண்டு ஜோக்குகள், கேட்காமல் வந்த ஏழுநூற்று நாற்பத்தாறு கவிதைகள், எண்ணத் தொலையாத கேள்விகள்.. அடேயப்பா! ஒரு இதழுக்கு இத்தனை பரபரப்பா!

சவூதி அரேபியாவிலிருந்து கதையை எழுதும் ஏ.எஸ். மார்க்கண்டு - அண்ணாசமாதி பஸ் நிலையத்தின் முன் அவள் நின்றிருந்தாள் - என்று ஆரம்பிக்கிறார்.

சுப்ரா (வே.சுப்ரமணியன் பி.இ.) எழுதிய கதைத் தலைப்பு 'அன்புள்ள அம்மாவுக்கு, இப்பவும் நான் நல்ல சுகம்.'

பத்தாம் வகுப்பு 'ஆ' பிரிவு படிக்கும் ஜெயராமன் காதல் கதை ஒன்றை எழுதி அனுப்பி, (கல்யாணத்தில் முடிகிற கதை) அடுத்து தொடர்கதை ஒன்றும் எழுதி அனுப்பப்போவதாக எச்சரித்து இருக்கிறான்.

பதினைந்து வயது சிவ தயாநிதி (கடத்தூர், தர்மபுரி) 'மாஸ்டர் சுஜாதா' என்கிற பெயரில் என்னைக் கவர முயற்சித்திருக்கிறான். ஸாரி!

'பிரசுரிக்க இயலாமைக்கு வருந்துகிறோம்' - மோஹன் தாஸ் என்பவர் அனுப்பியிருக்கும் கதை 'என்னய்யா -

ரீலா விடுகிறீர்! வருந்துகிறீர்களா? நான்தானே வருந்தவேண்டும்? இயலாமையா? ஏன் பொய் சொல்கிறீர்? விரும்பாமைதானே நிஜம்? ஒரு இலக்கியவாதியிடம் வேறோர் இலக்கியவாதி பொய் வீசுவானேன்? சில்லறை என்றுதானே கருதிவிட்டீர், என்னை? சுஜாதாவின் லாண்டரிக் கணக்கைப் போடத் தயாராயிருக்கும் வெட்கங்கெட்ட வியாபாரிகளுக்கு இயலாமையும் வருத்தமும் என்ன வாழ்கிறது?' இதே பாணி கதை முழுவதும்...

எம்.ஏ. படித்த திருப்பராய்த்துறையைச் சேர்ந்த சத்யகிரி ராஜன் பத்திரிகைகளுக்காக மாதம் எழுபத்தைந்து ரூபாய் செலவு செய்வதைக் குறிப்பிட்டு, தான் 'அனுபவிப்பதை' மற்றவர்களும் அனுபவிக்கவேண்டும் என்பதற்காகக் கதை அனுப்பியிருக் கிறாராம்.

எஸ். வெங்கடேசன் என்ற பூங்கொடி கும்பகோணத்திலிருந்து, 'இதில் குற்றங்குறைகள் இருந்தாலும் மன்னிக்க வேண்டியது தாங்கள், மன்னிக்காமல் தண்டிக்க வேண்டியிருந்தாலும் தண்டிக் கலாம். இச் சிறுகதை வெளிவருகிறதோ இல்லையோ? பிரச்னை இல்லை. ஆனால், தங்களுக்குக் காணிக்கையாக்கிச் சமர்ப்பிக் கிறேனே அதுவே போதும். தாங்கள் இதைப் படித்தால் இந்தத் தமிழகமே படித்தது போல.' இவரது கதையின் தலைப்பு - 'கண் ணடிக்க வாரீகளா?' தமிழகமே படித்து விட்டது.

கடலூரைச் சேர்ந்த மரிய புஷ்பம் முகவரியைக் கொடுக்க மறுக் கிறார். 'இது பிரசுரமானால் எனது முகவரியைத் தெரிவிக் கிறேன்' என்கிறார்.

புதுக்கோட்டை மதுக்கூரைச் சேர்ந்த சாவித்திரி நச்சினார்க் கினியரின் வயது 22. புனை பெயர் சாந்தி, பொழுதுபோக்கு: உடைகள் தயாரித்தல், ரேடியோ கேட்டல், புல்புல்தாரா வாசித்தல்.

வி. ஆறுமுகம், 'ராதா என்னை மன்னித்துவிடு' என்ற சிறு கதையை முடிவில்லாமல் அனுப்புகிறார். 'எழுத்து வேந்தன்' சுஜாதாவுக்கு ஒரு சவால் விடுகிறார் - 'இதில் நான் எடுத்துள்ள முடிவைச் சார்ந்ததாகத் தங்களது முடிவு இருந்தால், தங்களுக்குத் தக்க சன்மானம் உண்டு' என்கிறார்.

கொஞ்சம் கதைகளில் டாக்டர்கள், பேஷண்டுகளைக் கற்பழிக் கிறார்கள், அல்லது கொலை செய்கிறார்கள். கிராமத்துக் கிழவர்களும் அத்தைகளும் மறக்காமல் செத்துப் போகிறார்கள்.

ஆரம்ப எழுத்தாளர்களின் கதைகளில் கடைசிப் பாராவில் தூக்கத்திலிருந்து விழித்து, 'அ' இவ்வளவும் கனவுதான் என்கிறார்கள். புதிய எழுத்தாளர்கள் பாதிக் கதைகளை பஸ் ஸ்டாண்டில் அவள் நின்றுகொண்டிருந்ததிலிருந்து ஆரம்பிக்கிறார்கள். மீதிக் கதைகளில் முதல் வரியில் பொழுது விடிகிறது. பெண்மணிகளின் கதைகளில் எல்லாம் ஆண்கள் காதலித்து ஏமாற்றுகிறார்கள். திருமதிகள் அனுப்பியுள்ள கதைகளில் பெண்கள் வரதட்சணைக் கொடுமையால் துன்புறுகிறார்கள். பேய்க் கதைகளில் எல்லோரும் ரத்தம் கக்கிச் சாக, கடைசியில் கனவென்று முடிகின்றன. விஞ்ஞானக் கதைகளில் எல்லாவற்றிலுமே கம்ப்யூட்டர் கற்பழிக்கிறது; அல்லது மொத்தத்தையும் அழித்து விடுகிறது.

இவை எல்லாவற்றிலும் நான் தேர்ந்தெடுத்து ஒரு கதையை. இலக்கியம், அது இது என்று சொல்ல வரவில்லை. படிக்கச் சுவாரஸ்யமாக இருந்தது. அவ்வளவுதான். கவிதைகள் பெரும்பாலும் துணுக்குகளிலிருந்து விடப்படாத குழப்பத்தில் இருப்பதைக் கவனித்தேன். தேர்ந்தெடுத்திருக்கிறேன். நல்ல கவிதைகளுக்கு உதாரணமாகச் சில சிறு பத்திரிகைகளைக் குறிப்பிட விரும்புகிறேன். கணையாழி, ழ. வானம்பாடி.. கணையாழி ஜனவரி இதழில் இரா. முருகன் எழுதிய 'ஒரு கிராமத்துப் பெண்ணின் தலைப் பிரசவம்' என்கிற கவிதை, சமீபத்தில் நான் படித்த சிறந்த கவிதைகளுள் ஒன்று..

இந்த இதழின் முன் அறிவிப்பைப் பார்த்து எழுத்தாளர் க. பஞ்சாபகேசன் அவர்கள் சாவி அண்ட் கோ எழுத்தாளர்கள் இந்த இதழை என்னுடன் ஆக்கிரமிக்கப் போகிறார்கள் என்று எச்சரித்திருந்தார்; இல்லை, எவ்வளவு இயலுமோ, அவ்வளவு வாசகர்கள் பங்கு இந்த இதழில் உள்ளது. பல புதுக்கவிஞர்கள் அறிமுகமாகிறார்கள். கடிதங்கள், துணுக்குகள், சிறுகதை, கட்டுரை எல்லாவற்றிலுமே புதியவர்கள். (இதழாசிரியர் என்ற ரீதியில் நான் முழுதாகச் செய்வது ஒரு சிறுகதை).

எல்லாவற்றையும் படித்த அனுபவம் ஓர் இன்பகரமான திக்குமுக்காடல்.

('சாவி' 22-3-1981)

நிமிஷத்துக்கு இரண்டு கடிகாரம்

பிற்பகல் 1-46-க்கு கதவு திறந்தது. கார் புல்சரிவில் சர்ரியது. இங்கு ஒன்றுமே நிகழவில்லை போல அமைதியாக இருந்த கட்டடத்தின் முன் நிற்க, எச்.எம்.டி. கைக்கடிகாரத் தொழிற்சாலையின் பொதுத் தொடர்பு அதிகாரி திரு. ஹரிதேவ் காட்கர் புன்னகையும் நல்ல ஷர்ட்டும் அணிந்து எங்களை வரவேற்றார். 'வாருங்கள்! உங்களுக்காகக் காலையில் இருந்து காத்திருக்கிறோம்.'

காலை ஏன் வரவில்லை என்கிற காரணத்தை மென்று முழுங்கிவிட்டு உள்ளே போக ஆசைப்பட்டோம். 'ம்ஹூம்' என்று வெளியே தனியாக இருந்த வரவேற்பறைக்கு முதலில் அழைத்துச் சென்று, மேசை முன் எங்களை உட்கார வைத்து, சற்று நேரம் டெலிபோன் கன்னடம் பேசிவிட்டு, 'ஈராக் நாட்டுத் தூதுவர் வந்திருக்கிறார். அவர் புறப்பட்டதும் நீங்கள் போகலாம். அது வரை இந்தத் தொழிற்சாலையின் சரித்திரத்தைப் பற்றிச் சொல்லப் போகிறேன்' என்றார். நண்பர் நடராஜன் எச்.எம்.டி. கடிகாரத்தைப் பார்த்துக்கொண்டார். 'ஈராக் எத்தனை நேரம் இருப்பார்?' என்று கேட்டேன்.

'இதோ புறப்பட்டுவிடுவார். தினம் எங்களுக்கு ஏராளமான பார்வையாளர்களின் அன்புத்தொல்லை! தூதுவர்கள், பிறநாட்டுத் தலைவர்கள், சுற்றுலார்கள்,

மாணவர்கள், இலங்கை, மலேசியா, மேல் நாடுகள்.. ஆமாம், நீர் எந்த ஊர்?'

'பக்கத்தில் ஜலஹள்ளி' என்றேன் சற்று அச்சத்துடன். 'இவர்கள் எல்லாம் சென்னை, பத்திரிகை..'

'வெல்கம்' என்றார், அன்புத் தொல்லையால் சாஸ்வதமாகி விட்ட புன்னகையோடு.

'உள்ளே போகலாமா?'

'இன்னும் சரித்திரம் கேட்கவில்லையே நீங்கள்?'

'அதானே!'

புள்ளி விவரங்களை 'டிக் டிக்' என்று, மன்னிக்கவும் 'டக் டக்' என்று உதிர்த்தார். ஸ்தாபிதம் 1960. முன்னால் பிரதமர் நேரு ஜப்பான் சென்றிருந்தபோது ஸிட்டிஸன் கடிகாரக் கம்பெனியைப் பார்த்து ஆச்சரியப்பட்டு, நம் ஊரிலும் இந்த மாதிரி ஒன்று நிறுவுங்களேன் என்று பணிக்க, எச்.எம்.டி. தேர்ந்தெடுக்கப் பட்டது. ஜப்பானியர்கள் வந்து நிறுவி, நம்மவர்களுக்கு இங்கேயும் அங்கேயும் கற்றுக் கொடுத்து, முதல் கடிகாரம் இறக்குமதித்த பாகங்களால் கட்டமைக்கப்பட்டு, கொஞ்சம் கொஞ்சமாக பாகங்களை நாமே செய்யக் கற்றுக்கொண்டு, பாகங்களை உற்பத்தி செய்யும் இயந்திரங்களையும் இங்கேயே ஆக்கத் தொடங்கி, இப்போது நிமிஷத்துக்கு இரண்டு கைக் கடிகாரங்கள்! பக்கத்தில் இரண்டாவது தொழிற்சாலை; சற்று தூரத்தில் தும்கூரில் ஒன்று; தூரத்து ஸ்ரீநகரில் ஒன்று என்று நான்கு தொழிற்சாலைகளாகப் பெருகியும், 'தேவையைச் சமாளிக்க முடியாமல் மூச்சுத் திணறுகிறது. வெளிநாடுகளுக்கு ஏற்றுமதி செய்து அந்நியச் செலாவணி சம்பாதிக்கிறோம். ஆரோக்கியமான தொழிற்சாலை, போட்டிக்காரர்கள் பொறாமை..'

'டிஜிட்டல் எலெக்ட்ரானிக் கடிகாரங்கள் இப்போது பெருமள வில் வந்து உங்கள் வியாபாரத்தைக் கெடுக்கவில்லையா?' என்று கேட்டுவிட்டேன்.

அவர் புன்னகை மறைந்தது. என் கேள்விக்குப் படு தயாராக இருந்திருக்கிறார். 'டிஜிட்டல் கடிகாரம்! ஹ! சாதாரண முள் கடிகாரத்துக்கு ஈடாகுமா அது? முள் கடிகாரத்தில் எத்தனை

சௌகரியம் பாருங்கள். உங்களைப் பார்த்துக்கொண்டே சாவி கொடுக்கலாம் (கொடுத்தார்). அதன் மூஞ்சியைப் பார்த்ததும் எத்தனை விஷயங்கள் தெரிகின்றன! இப்போது மணி இரண்டு ஐந்து. பார்த்த உடனே பிற்பகல் என்று தெரிகிறது. இப்போது தான் இரண்டு அடித்திருக்கிறது என்பது பெரிய முள்ளின் நிலையிலிருந்தே தெரிந்துவிடுகிறது. ஆனால் டிஜிட்டல்? காண்பிப்பது எல்லாம் முள்ளில்லாத மொண்ணை எண்களை! மனக்கணக்குப் போட வேண்டும். ஸெல் தீர்ந்து போய் எப்போது நின்றுபோகப் போகிறதோ என்று சதா கவலை மனதில் உறுத்திக்கொண்டே இருக்கும். நோ மிஸ்டர்! நாங்கள் டிஜிட்டல் கடிகாரம் செய்யப் போவதில்லை' என்றார் தீவிரமாக.

நான் என் கடிகாரத்தை உள்பக்கமாகத் திருப்பிக்கொண்டேன். டிஜிட்டலிலும் முள் வகை வந்திருக்கிறது என்று குறிப்பிட விரும்பவில்லை. 'வேறு கேள்விகள் உண்டா?' என்றார். நண்பர் ரவிச்சந்திரன், 'எச்.எம்.டி. கடிகாரங்கள் ஏன் விலை ஜாஸ்தி?' என்றார்.

முகத்தில் மறுபடி அ.தொ.சா. புன்னகை திரும்ப, 'இந்தக் கேள்விக்குப் பதில் உள்ளே கிடைக்கும்' என்றார். ஈராக் தூதுவர் எங்களைச் சந்திக்காமல் புறப்பட்டுவிட, நாங்கள் உள்ளே சென்றோம்.

மாடிப்படிகளைக் கடக்கும்போது புகைப்படங்களில் ஜப்பானி யர்கள் சிரிக்கிறார்களா என்று தெரியவில்லை. ஆனால், நேரு சிரிப்புடன் முதல் இந்திய கடிகாரத்தைத் தொழிலாளியிடமிருந்து பெற்றுக்கொண்டிருந்தார். மெஷின் ஷாப்பின் நீண்ட இயந்திரங் களை மேலிருந்து பார்த்தோம். 'ஆதாரமான எஃகு, பித்தளைத் தகடுகளிலிருந்து கடிகாரத்துக்குத் தேவையான நுட்பமான, நேர்த்தியான எல்லா பாகங்களும் இங்கே செய்யப்படுகின்றன' என்று அவர் சொன்னது மெஷின் சப்தத்தில் காதில் விழவே இல்லை. கீழே இறங்கி கிட்டத்தில் சென்று பார்த்தோம். பெரும் பாலும் தானியங்கும் இயந்திரங்கள். தமிழ்ப் பத்திரிகைகள் படிக்கும் சம்பத் அவற்றைப் பிடிவாதமாக விவரித்தார்.

கடுகளவு வட்டத் தகடுகளைப் பொறுக்கி, எண்ணெய் ஸ்தானத் தின் மத்தியில் அதற்கு பல்சக்கரம் வெட்டி, நடு சென்டரில் ஒரு ஓட்டையும் போடுகிறது ஒரு ஸ்விஸ் இயந்திரம். அளவு சரியாக இருக்கிறதா என்று சோதித்துப் பார்க்க அங்கங்கே ப்ரொஃபைல்

ப்ரொஜக்டர்கள்! மற்றொரு பல்கலை இயந்திரம் இங்கே ஒரு வெட்டு, அங்கே ஒரு பொத்தல், இங்கே ஒரு மடிப்பு, என்று சுற்றிச் சுற்றி வந்து வினோதங்களை அதிகரிக்கிறது. 'முள்ளு முனையிலே மூணு குளம் வெட்டினேன்' என்று பாடிய சித்தர், கைக்கடிகாரத்தைத் திறந்து பார்த்திருப்பாரோ என்று சந்தேகம். நுட்பமான பாகங்கள்!

ப்ரெஸ் ஷாப்புக்குப் போனால் கடிகாரத்தின் கேஸிங், முக வட்டம் போன்ற வெளிப்பாகங்களை 'சப்க்கா ஊஷ், சப்க்கா ஊஷ்' என்று அச்சடித்து ஊதித் துப்பும் இயந்திரங்கள். இந்த வகை இயந்திரங்களின் ஸ்விட்சுகளை இயக்க இரண்டு கைகளும் தேவைப்படுவதை வியந்தோம். கை எங்கேயாவது மாட்டிக் கொண்டு, 'சப்க்கா ஊஷ்' ஆகிவிடாமலிருக்க இந்த உத்தி.

நூற்றுக்கணக்கான பாகங்கள் தயாரிக்கப்பட்டு, அவற்றுக்கு குரோமியம் அல்லது தங்கமுலாம் பூசப்பட்டு மாடிக்கு, கூட்ட மைப்புக்கு அனுப்பப்படுகின்றன.

இங்கிருந்து பெண்கள் சாம்ராஜ்யம்.

குளிரும் ஈரமும் கட்டுப்படுத்தப்பட்ட ஏ.ஸி. பிரதேசம். நூற்றுக் கணக்கான பெண்கள் வரிசையாக ஃப்ளோரஸண்ட் வெளிச்சத் தில் உட்கார்ந்துகொண்டு, சுறுசுறுப்பான விரல்களால் கடிகாரங் களை ஜ்வல் தோன்றி முள் தோன்றாத நிலையிலிருந்து தொடங்கி உருவாக்குகிறார்கள். எல்லோரும் கூந்தலை அடக்கி, தலைக்குக் குல்லாய்களும் வெண்ணிற அங்கிகளும் அணிந்து கொண்டு, யோகாவுக்குக் கலர் படம் எடுக்க அதிகச் சந்தர்ப்பம் இல்லாத சூழ்நிலையில் விரல் சாகசங்கள் செய்கிறார்கள். நல்லவேளை, கவிஞர் யாரும் கூட வரவில்லை வந்திருந்தால்:

> ஒருத்தி பொருத்த
> மற்றொருத்தி திருத்த
> இன்னொருத்தி சின்னத் திருகமைக்க

என்று தொடங்கியிருப்பார். ஊசி அளவுக்கு ஸ்க்ரு டிரைவர்களின் மைக்ரோ திருகல்கள். ட்வீஸர்கள் நடுக்கமில்லாது ஒரு பாகத்தைப் பொறுக்கி - மேசைமேல் மூக்கை வைத்துக்கொண்டு பார்த்தால் தான் நமக்கெல்லாம் அந்த பாகம் தெரியும்போல இருக்கிறது - தயக்கமே இல்லாமல், வைக்க வேண்டிய இடத்தில் வைக்கும்

இந்தப் பெண்கள் திறமைக்கும் பொறுமைக்கும் நளினத்துக்கும் பாராட்டுகள். ஒரு பெண்ணின் அருகே சென்று, சிரமப்பட்டு கன்னடத்தில் 'என்ன செய்கிறீர்கள்?' என்று கேட்டேன்.

'தமிழ்தாங்க.'

தமிழில் 'என்ன செய்றீங்க?' என்றேன்.

'சொல்றேன். ஆனா, நீங்கள் மூர்த்தியைக் கொன்னது யாருன்னு சொல்லணும்.'

பிளாஸ்டிக் பெட்டிகளில் கடிகாரங்கள் மெல்ல மெல்ல முன்னேறுகின்றன. உட்பகுதிகள் கோக்கப்பட்டு இதயம் பெற்று, அது துடிக்க ஆரம்பித்தது. முகம் பெற்று கையில் பொருத்தப்பட்டு, கண்ணாடி அணிந்துகொண்டு க்ரோனோ க்ராஃப்களில் துல்லியமான க்வார்ட்ஸ் செகண்டுகளுடன் ஒப்பிடப்பட்டு முழு கடிகாரங்களான பின் முத்தமிடலாம் போல இருக்கிறது (கடிகாரங்களை). எத்தனை வகை கடிகாரங்கள்! ஜவஹர், நூதன், ப்ரியா, சுஜாதா என்று எல்லாம் இந்திய பெயர்களுடன். 60 வகை கடிகாரங்கள். சாவி உள்ள, சாவி இல்லாத ஆட்டோமாட்டிக், லேடீஸ்... என்று பற்பல பளபள.

அசெம்பிளியை விட்டு வெளியேறும் கடிகாரங்களை விட்டு வைப்பதில்லை, தரக்கட்டுப்பாட்டு இலாகாவினர். அவற்றைப் பெட்டிப் பெட்டியாகப் படுக்கவைத்தும், நிமிர்த்தி வைத்தும், பக்கவாட்டில் வைத்தும் நாள் கணக்காகப் பார்த்துவிட்டு அவற்றின் சரியான நேரத்தை மறு பரிசோதிக்கிறார்கள். அவற்றைக் காற்றழுத்த அறைக்குள் செலுத்தி லீக் அடிக்கிறதா என்று பார்க்கிறார்கள். இத்தனை சித்ரவதை செய்து அவை தேறினபின்தான் பெட்டிக்குள் போடுகிறார்கள்.

ரவிச்சந்திரன் விடாப்பிடியாக 'ஏன் எச்.எம்.டி. கடிகாரம் விலை ஜாஸ்தி?' என்று கேட்க, அசெம்பிளி அதிகாரி புன்னகைத்து, யோகாவின் கேமராவைக் காட்டி, 'யாஷிக்கா கேமரா ஏன் விலை ஜாஸ்தி? டப்பா கேமரா நூறு ரூபாய்க்கு விற்கிறது. இந்த கேமரா ஆயிரத்துக்கு மேல் ஆகும். ஏன்?' என்றார்.

ரவிச்சந்திரன் சாமாதானமாகாமல், 'ஏன் எச்.எம்.டி. கடிகாரம் விலை ஜாஸ்தி?' என்றார். 'க்வாலிட்டி' என்றார் அவர் சுருக்கமாக. ரவி இன்னும் சமாதானமடைந்ததாகத் தெரியவில்லை.

வெளியே வரும்போது எங்கள் இதயங்கலந்த நன்றியை திரு. காட்கருக்குத் தெரிவித்தோம். அவர், 'ஒரு நிமிஷம், உங்களுக்கு எல்லாம் ஆளுக்கொரு பரிசு தர விரும்புகிறேன்' என்று மறுபடி எங்களை அவர் அறைக்கு அழைத்துச் சென்று உட்காரவைத்தார். நாங்கள் இடதுகை தயாராக, இதயங்கள் டிக்டிக் என்ன, காத்திருக்கையில், அவர் அலமாரியைத் திறந்து ஆளுக்கொரு எச்.எம்.டி. கடிகாரத்தின் கலர் போட்டோவைக் கொடுத்து டாட்டா காட்டினார்.

('குங்குமம்' 27-9-1981)

அப்பா,
அன்புள்ள
அப்பா!

செய்தி வந்த உடனே பஸ் பிடித்துச் சேலம் போய்ப் பார்த்தால் அப்பா படுக்கையில் உட்கார்ந்திருந்தார். 'எங்கே வந்தே?' என்றார்.

'உனக்கு உடம்பு சரில்லேன்னு..' என்று மழுப்பினேன். 'நேற்றுவரை சரியில்லாமல்தான் இருந்தது. டாக்டர்கள் என்னமோ பண்ணி உட்கார வைத்து விட்டார்கள். சாப்ட்டியா?' என்றார். 'எனக்கு என்ன வாங்கிண்டு வந்தே?'

'என்னப்பா வேணும் உனக்கு?'

'உப்பு பிஸ்கட், கொஞ்சம் பாதாம் அல்வா, அப்புறம் ஒரு சட்டை வாங்கிக் கொடுத்துவிட்டுப் போ.'

சட்டையைப் போட்டு விட்டதும், 'எப்படி இருக்கேன்?' என்றார்.

பல்லில்லாத சிரிப்பில் சின்னக் குழந்தை போலத்தான் இருந்தார்.

நர்ஸ் வந்து, 'தாத்தா உங்க மகன் கதைகள் எல்லாம் படிச்சேன். ரொம்ப இன்டெலிஜெண்ட்' என்றதற்கு, 'நான் அவனை விட இன்டெலிஜெண்ட்' என்றார்.

பேப்பர் பேனா எடுத்து வரச் சொல்லி, 'உன் முன்னோர் யார் என்று அப்புறம் தெரியாமல்

போய்விடும்' என்று குடும்பத்தின் வம்சாவளியைச் சொல்லி, எழுதிக் கொள்ளச் செய்தார். ஞாபகம் தெளிவாக இருந்தது. முதன்முதலில் திருவாரூரில் நூறு ரூபாய் சம்பளத்தில் பதவி யேற்ற தேதி சொன்னார். கணக்கம்பாளையம் பின்கோடு நம்பர் சொன்னார். 'பழைய விஷயங்கள் எல்லாம் ஞாபகம் இருக்கிறது. சமீப ஞாபகம்தான் தவறிப் போகிறது. நீ வந்தால் கேட்க வேண்டும் என்று ஏதோ ஒன்று. என்ன என்று ஞாபகம் இல்லை. ஞாபகம் வந்ததும் ஒரு காகிதத்தில் குறித்து வைக்கிறேன்.'

'அப்பா, உனக்கு எத்தனை பென்ஷன் வருகிறது. தெரியுமா?'

'தெரியும். ஆனால், பணத்தில் சுவாரஸ்யம் போய் விட்டது. எத்தனை இருந்தால் என்ன? நீங்கள் எல்லாம் என்னைக் காப்பாற்றாமலா போவீர்கள்?'

'ஏதாவது படித்துக் காட்டட்டுமா அப்பா?'

'வேண்டாம். நிறையப் படித்தாயிற்று. இப்போது இதெல்லாம் எதற்கு என்று ஒரு அலுப்பு வந்துவிட்டது. நீ போ. உனக்கு எத்தனையோ சோலி இருக்கும். அம்மாவின் வருஷாப்திகம் ஏப்ரல் ஒண்ணாம் தேதி வருகிறது. அப்போது வந்தால் போதும். நான் படுத்துக்கொள்ளட்டுமா? களைப்பாக இருக்கிறது. காலையில் போவதற்குள் ஒரு முறை சொல்லிவிட்டுப் போ' என்றார்.

காலை புறப்படும்போது தூங்கிக்கொண்டிருந்தார்.

பெங்களூர் திரும்பி வந்து ஒரு வாரத்துக்குள் மறுபடி சீரியஸ் என்று தந்தி வந்தது. என்.எஸ். பஸ்ஸில், 'என்ன சார் அடிக்கடி சேலம் வர்றீங்க?'

'எங்கப்பா சீரியஸா இருக்கார்ப்பா.'

'ஓஹோ, அப்படீங்களா! அந்த மல்லி மூட்டையைப் பார்த்து இறக்குடா.'

ஸ்பெஷல் வார்டில் அவரைப் பார்த்துத் திடுக்கிட்டேன். படுக்கையில் கண் மூடிப் படுத்திருந்த முகத்தில் தாடி, காலில் பட்டர்ஃப்ளை ஊசி போட்டு, சொட் சொட்டென்று ஐவி க்ளுக்கோஸ் உள்ளே போய்க்கொண்டிருந்தது. சுவாச மூக்கில் ஆக்ஸிஜனும் ஆஸ்பத்திரி வாசனையும் வயிற்றைக் கவ்வியது.

கண்ணைக் கொட்டிக் கொட்டிக் கண்ணீரை அடக்கிக்கொண்டு, 'அப்பா, அப்பா' என்கிறேன். கண்ணைத் திறக்கிறார். பேச வில்லை. 'நான்தான் வந்திருக்கிறேன்' என்று கையைப் பற்று கிறேன். பேசும் விருப்பம் உதடுகளில் தவிக்கிறது. கையை மெல்லத் தூக்கி, மூக்கில் இருக்கும் குழாய்களை அகற்றப் பார்க்கிறார். தோற்கிறார்.

'நீ போனப்புறம் ஒரு நாளைக்கிச் சரியா இருந்தார். அதுக்கப்புறம் இப்படி மறுபடி..'

படுக்கையில் பூஞ்சையாக நெற்றியைச் சுருக்கிக்கொண்டு இருக்கும் அப்பாவைப் பார்க்கிறேன். இவரா ஆயிரம் மைல் தனி யாக கார் ஓட்டிக்கொண்டு சென்றவர்? இவரா மின் வாரியத்தைத் தன் டிஸிப்ளினால் கலக்கினவர்? 'நல்ல ஆபிஸர்தான். ஆனா கொஞ்சம் முன்கோபிங்க.' இவரா அணைக்கட்டின் பாரப்பெட் சுவரின் மேல் ஏறிக்கொண்டு விளிம்பில் ஒரு ஃபர்லாங் நடந் தவர்? - 'என் வில்பவரை டெஸ்ட் பண்ணிப் பார்க்கணும் போலி ருந்தது.' இன்ஜினீயரிங் படிப்பையும் இளம் மனைவியையும் விட்டுவிட்டு, காங்கிரஸில் சேரப் போகிறேன் என்று காணாமல் போனவர் இவரா! 'ஐ வாஸ் கிரேஸி தட் டைம்.'

மேல் நர்ஸ் வந்து அவரை உருட்டி, முதுகெல்லாம் யூடி கொலோனும், பேபி பவுடரும் போடுகிறார் - 'பெட்ஸோர் வந்துரும் பாருங்க.'

ஸ்டாஃப் வந்து பக்கத்துக்கு ஒரு ஊசி கொடுத்துவிட்டு, 'நீங்கள்தான் ரைட்டர்ங்களா?' என்கிறார். நான் ஆஸ்பத்திரியைத் திகைத்துப் போய்ப் பார்க்கிறேன்.

ஆஸ்பத்திரியிலிருந்து தப்பிப்பதைப் பற்றி 'ஸ்வைவல்' புத்தகங்கள் ஆங்கிலத்தில் எழுதியிருக்கிறார்கள். டாக்டர்கள் எல்லோரும் நல்லவர்கள். ஆனால், ஸ்பெஷலிஸ்டுகள்.

'ஒரு ஸிட்டி ஸ்கான் எடுத்துரலாமே டாக்!'

'முழுங்கறத்துக்கும் கஷ்டப்படறார். ஒரு பேரியம் மீல் கொடுத்துப் பார்த்துரலாம். அப்புறம் ஒரு ஆன்ஜியோ.'

'ஃப்ளுயிட் ரொம்பக் கலெக்ட் ஆயிருச்சு. புட் ஹிம் ஆன் ஹெவி டோஸ் ஆஃப் லாஸிக்ஸ்!'

எல்லா டாக்டர்களுமே திறமைசாலிகள்தான். நல்ல நோக்கம் உடையவர்கள்தான். ஆனால்..

ராத்திரி முழுக்க அவர் அருகில் கீழே படுத்திருக்கிறேன். தூக்கமில்லை. கொஞ்ச நேரம் வராந்தாவில் உட்கார்ந்து காற்று வாங்குகிறேன். கான்கிரீட் மேடையில் வேப்பமரம் முளைத்து இருக்கிறது. காகங்கள் சோடியம் விளக்குகளைச் சூரியன் என்று குழம்பிப் போய் இரை தேடிச் செல்கின்றன. இங்கிருந்து அப்பா தெரிகிறார். அசையாமல் படுத்திருக்கிறார். முகத்தில் வேதனை எழுதியிருக்கிறது. கூப்பிடுகிறாரா? கிட்டப்போய்க் கேட்கிறேன்.

'என்னப்பா?'

'போறும்ப்பா, என்னை விட்டுருப்பா' என்று மெல்லச் சொல் கிறார். வில்லியம் ஹண்ட்டரின் கட்டுரை ஞாபகம் வருகிறது.

If I had strength enough to hold a pen. I would write how easy and pleasant a thing it is to die!

பொய்!

ஆனால், அவர் அவஸ்தைப்பட்டால் எனக்கு அபத்தமாகத்தான் படுகிறது. இவர் செய்த பாவம் என்ன? ப்ராவிடண்ட் ஃபண்டில் கடன் வாங்கிப் பையன்களைப் படிக்கவைத்ததா? அவர்களுக்கு வரதட்சணை வாங்காமல் கல்யாணம் செய்து வைத்ததா? ஏழை உறவினர்களுக்கும் ஆசிரியருக்கும் மாசா மாசம் பென்ஷனிலிருந்து பணம் அனுப்பியதா? குடும்ப ஒற்றுமைக்காகப் பாடுபட்டதா? பிரபந்தத்தில் ஒரு வரி விடாமல் மனப்பாடமாக அறிந்ததா?

காலை ஐந்து மணிக்கு, பக்கத்தில் இருக்கும் சர்ச் எழுந்து ஒலிபெருக்கி மூலம் யேசுநாதரைப் பேசுகிறது. அப்பாவுக்கு இது கேட்குமா? ரேடியோ சிலோனில் சுவிசேஷத்தைத் தவறாத ஆர்வத்துடன் கேட்கும் தீவிர வைஷ்ணவர் - 'பைபிளில் பல இடங்களில் நம்ம சரணாகதி தத்துவம் சொல்லி இருக்கு, தெரியுமோ? சில இடங்களில் ஆழ்வார் பாடல்களுக்கும் அதற்கும் வித்தியாசமே தெரிவதில்லை!' பெங்களூரில் குர்-ஆன் முழுவதையும் படிக்கச் சொல்லிக் கேட்டது நினைவுக்கு வருகிறது.

ஆஸ்பத்திரி புது தினத்துக்குத் தயாராகிறது. மணி அடித்து விட்டுச் சில்லறை கொடுக்காதவர்களை எல்லாம் விரட்டுகிறார்கள்.

டாக்டர் ரவுண்ட்ஸ் வருகிறார். 'இன்னும் எத்தனை நாளைக்கு இப்படி இருப்பார்னு சொல்ல முடியாது. இன்னிக்குக் கொஞ்சம் இம்ப்ரூவ்மெண்ட் தெரிகிறது.' கன்னத்தைத் தட்டி, 'நாக்கை நீட்டுங்கோ.' மெல்ல நாக்கை நீட்டுகிறார்.

'பேர் சொல்லுங்கோ.'

'சீனிவாசரா..'

'அஃபேஸியா ஆர்ட்டிரியோ ஸ்கிலிரோஸிஸ்; பட் ஹி இஸ் மச் பெட்டர் நௌ. டோண்ட் ஒர்ரி!' புதுசாக 'பல்மனரி இடீமா' (Pulmonary eedema) என்று ஒன்று சேர்ந்துகொண்டு அவரை வீழ்த்தியது.

சென்ற மாதம் இருபத்திரண்டாம் தேதி பிற்பகல் மூன்று மணிக்கு இறந்து போனார். உடன் அப்போது இருந்த சித்தி, 'கண் வழியா உசிர் போச்சு' என்றாள். பம்பாயிலிருந்து தம்பி வரக் காத்திருந்து, மூன்று பிள்ளைகளும் அவரைச் சுற்றி நின்றுகொண்டு அவர் மார்பைக் கண்ணீரால் நனைத்தோம். வீட்டுக்குக் கொண்டு வந்ததும் வாசலில் நெருப்புக்கொண்டு வைத்தார்கள். நண்பர்கள் வந்தார்கள். ஆஸ்பத்திரி வண்டியில் எடுத்துக்கொண்டு போய், 'வீட்டில் ஒருவரில்லை. வெட்டவெளி ஆனேண்டி. காட்டில் எரித்த நிலா கனவாச்சே கண்டதெல்லாம்' என்று முழுமையாக எரித்தோம்.

காலை எலும்புகளைப் பொறுக்கிச் சென்று பவானி போய்க் கரைத்தோம். இந்து பேப்பரில் இன்ஸர்ஷன் கொடுத்தோம். 'மாலை மலர்ல செய்தி வந்திருந்ததே பார்த்தீங்களோ?'

உறவுக்காரர்கள் வந்தார்கள். சினிமாவுக்குப் போனார்கள். வாத்தியார் கருட புராணத்தின் பிரதியை என்னிடம் கொடுத்தார். அதில் எம தூதர்களும் கிங்கரர்களும், பிராமண போஜனம் செய்விக்காதவர்களையெல்லாம் சிரித்துக்கொண்டே கொடுமைப்படுத்திக் கொண்டிருந்தார்கள். ஏதோ ஒருநதியைக் கடப்பதற்குக் கோதானம். இல்லையேல் ஒரு தேங்காய், கிஞ்சித்து ஹிரண்யம்! அப்பா, மரணத்தைப் பற்றி ஒரு முறை சொன்னது ஞாபகம் வருகிறது. 'என்னைப் பொறுத்தவரை அது ஒரு முற்றுப் புள்ளி, வி ஸீஸ் டு எக்ஸிஸ்ட். எபிக்யூரஸ் சொன்னதை மறுபடி படி! '

'Death is nothing to us, since so long as we exist death is not with us; but when death comes, We do not exist. '

ஒன்பதாம் நாள்.. பத்தாம் நாள் - பதினோராம் நாள் - பிரேதத்தின் தாபமும் தாகமும் தீருவதற்காக அதன் ரெபரஸண்டேட்டிவாக வந்த ஒருத்தன் என்னைப் பார்த்துச் சிரித்து, ‘நீங்க எழுதின ரத்தத்தின் நிறம் சிவப்பு குங்குமத்தில் ரொம்ப நன்னாயிருக்கு சார். அடுத்த தடவை ஒரு ஸோஷல் தீமா எடுத்துண்டு எழுதுங் களேன்!’

சேலம் கடைத்தெருவில் பத்தாறு வேஷ்டிகளுக்கும் சொம்பு களுக்கும் அலைந்தோம். ஸ்ரீரங்கத்திலிருந்து பிரபந்த கோஷ்டி வந்து, எங்கள் தலையில் பரிவட்டம் கட்டி, நாலாயிரமும் ராமானுச நூற்றந்தாதியும் சரமஸ்லோகமும் சொல்லிவிட்டு - ‘எனக்கினி வருத்தமில்லை’ - இரண்டு மணி பஸ் பிடித்துப் போனார்கள்.

‘அவ்வளவுதாம்பா! பிள்ளைகள் எல்லாம் சேர்ந்துண்டு அவரைப் பரமபதத்தில் ஆசார்யன் திருவடி சேர்த்துட்டேள். இனி அந்த ஆத்மாவுக்கு ஒரு குறையும் இல்லை! மாசியம் சோதகும்பத்தை மட்டும் ஒழுங்கா பண்ணிடுங்கோ.’

சுபஸ்வீகாரம். எல்லோரும் பந்தி பந்தியாகச் சாப்பிடுகிறோம். எட்டணா தட்சணைக்காக வாசல் திண்ணையில் ஒன்பது பேர் காலையிலிருந்து காத்திருக்கிறார்கள். காஷுவால்ட்டியில் எனக்கு ட்ரங்க்டெலிபோன் வருகிறது தொடர்கதைக்கு டைட்டில் கேட்டு. பெங்களூர் திரும்பி வருவதற்கு முன் அப்பாவின் அந்தக் கடைசிக் குறிப்பைப் பார்க்கிறேன்.

A S K Rangarajan about bionics!

ஓவர்ஸீஸ் பாங்கில், மீசையில்லாத என்னைப் பார்த்துச் சிரிப்பைக் கஷ்டப்பட்டு அடக்கிக்கொள்கிறார்கள். அப்பாவின் ‘எய்தர் ஆர் ஸர்வைவர்’ அக்கவுண்டில் அவர் தகனத்துக்கு ஆன செலவு முழுவதும் இருக்கிறது.

(குமுதம்)

குமுதம் ஆசிரியர் எஸ்.ஏ.பி.

இதழுக்காக எஸ்.ஏ.பி. அவர்களின் படத்தை ரொம்பத் தேடினோம். எளிதில் கிடைக்கவில்லை! இதுவே அவர் பர்ஸனாலிட்டியைப் பற்றிக் கொஞ்சம் சொல்கிறது என்று நினைக்கிறேன். புகைப்படம் வேண்டாம். அவரை வருணிக்க முயல்கிறேன்.

அதற்கு முன் குமுதம் அலுவலகம் பற்றி இரண்டு வார்த்தைகள். அங்கே போனால் முதல் ஆச்சரியம் 'இந்த இடத்திலா அத்தனை லட்சங்களும் அச்சடிக் கிறார்கள்? இது என்ன பத்திரிகை ஆபிஸா, இல்லை ஆசிரமமா? என்று தோன்றும். ஆபீஸே ஆசைப் படும் மர நிழலில் இளைப்பாறிக்கொண்டிருக்கும் ரிஷப்ஷன் அறை. அதற்குள் அலெக்ஸாண்டர் கிரஹாம்பெல் அடையாளம் கண்டுகொள்ளக் கூடிய டெலிபோன் ஸ்விட்ச் போர்டு. அதனருகில் நண்பரிடம் சொல்லிவிட்டு உள்ளே சென்றால், சத்தம் போட்டாலே உறுத்தும் சூழ்நிலை. மாடிப் படிகளைப் புறக்கணித்து ஒரு அறைக் கதவைத் திறந்து உள்ளே சென்றால் ரங்கராஜன், புனிதன், சுந்தரேசன்.

கட்டுரை இந்த அபார மனிதர்களைப் பற்றி இல்லா ததால் கொஞ்ச நேரம் காத்திருந்துவிட்டு, எஸ்.ஏ.பி -யின் அறைக்குள் நுழையலாம். பார்த்ததும் உடனே

எழுந்து 'வாங்க' என்று புன்னகைப்பார். ஆழமான, அழுத்தமான, அவர் உருவத்துக்குச் சம்பந்தமில்லாத குரல். சிறிய உருவம் தான். கண்ணாடி, கதர், கச்சிதமான கிராப், கச்சிதமான சிரிப்பு. சிரித்துவிட்டு உடனே சிந்திக்கும், சட்டென்று மாறும் முக பாவம். டெலிபோனில் சம்பிரதாய ஹலோவுக்குப் பதில் கடவுள் பெயரில் தொடங்கும் பழக்கம்.

எஸ்.ஏ.பி-யை நான் சந்தித்த சந்தர்ப்பங்களில் அவருடைய குணாதிசயங்களை முழுமையாக அறிந்துகொண்டு விட்டேன் என்று சொல்ல முடியாது. என்னால் அமைக்க முடிந்ததெல்லாம் ஒரு விதமான கொலாஜ் வடிவம்தான்.

அவரை நான் முதலில் சந்தித்தது 1965-ல். அவர் எழுதிய ஒரு குறிப்பின் மூலம்தான். 'சசி காத்திருக்கிறாள்' என்ற சிறு கதைக்காக வாசகர் கடிதங்கள் நிறைய வந்ததால் அதற்கென்று உபரியாக ஒரு செக் அனுப்பிவைத்து, அதனுடன் இணைக்கப் பட்ட வழக்கமான அச்சடித்த கடிதத்தின் ஓரத்தில் 'அடிக்கடி எழுதுங்கள்' என்று பொடி எழுத்துகளில் எழுதியிருந்தார். அதன்பின் அவரிடமிருந்து ஆசிரியர் என்ற முறையில் எனக்கு ஒரு கடிதம் வந்ததில்லை. எல்லாம் இணை, துணை ஆசிரியர்கள் மூலமாகத்தான் கடிதத் தொடர்பு.

'ப்ரியா' தொடர்கதையாக வந்தபோது ஒரு முறை என்னைத் தந்தியடித்துக் கூப்பிட்டு, 'கொஞ்சம் கதை சுருக்கம் சொல் லிடுங்க' என்று கேட்டு, நான் சொன்ன சுருக்கத்தை அரை மணி நேரம் குறுக்கே பேசாமல் கவனித்துவிட்டு, 'சரி! கதை வெச் சுருக்கீங்க' என்றார்.

'இருபத்து நான்கு ரூபாய் தீவு' வந்த சமயத்தில் ஒரு அத்தி யாயத்தை வியந்து 'கங்கிராஜுலேஷன்ஸ்' என்று ஒரு வார்த்தை தந்தி! (இன்னும் கொஞ்சம் சொல்ல மாட்டாரோ?) நான் புதிதாக ஏதாவது புத்தகத்தைக் குறிப்பிட்டால், அதை அவர் முன்னமே படித்திருப்பார் அல்லது பார்த்திருப்பார்.

புதுக்கவிதை போடுங்கள் என்று ஒரு தடவை கேட்டதை ஞாபகம் வைத்துக் கொண்டு, ஒரு வருஷம் கழித்து புதுக் கவிதை பற்றிக் கட்டுரை கேட்டது. 'கொலையுதிர் காலம்' என்ற தலைப்பைக் கேட்டதுமே 'போதும்; மேலே தலைப்புகள் கொடுத்து என்னைக் குழப்ப வேண்டாம்' என்று டெலிபோனை வைத்தது. 'சிவப்பு -

கறுப்பு - வெளுப்பு' விவகாரத்தின் மற்ற நிறங்களையும் நிதானமாக எடுத்துரைத்தது.

இந்த வகையில் அவ்வப்போது அவரைச் சந்தித்து, டெலி போனில் பேசி, நான் அறிந்துகொண்டதெல்லாம் அவர் என்னிடம் சொன்ன ஒரு வாக்கியத்தில் அடங்கிவிடும். 'பர்ஸனா லிட்டி நான் இல்லை. குமுதம்தான்!'

('சாவி' 23-3-81')

விகடன்
ஆசிரியர்
பாலன்

சேலத்தில் என் தந்தையைப் பார்க்க பஸ்ஸில் சென்று என் அண்ணன் வீட்டில் இறங்கினதும், வாசலில் ஒரு ஆள் காத்திருந்தார். 'சார்! நீங்கதானே சுஜாதா?'

'ஆமா! ஏம்பா?'

'ஆனந்த விகடன் ஆபீஸில் உங்களைக் கூப் பிடறாங்க!'

நான் அயர்ந்து போய்ப் பையைத் தொபக்கென்று கீழே போட்டுவிட்டேன். நான் சேலத்தில், செகண்ட் அக்கிரகாரத்துக்கு வந்திருக்கிற, எனக்கே தெரியாத விஷயம் ஆ.வி. ஆபீஸுக்கு எப்படித் தெரிந்தது? ஏதாவது இட்சிணி வேலையா?

அவருக்குப் பின்சென்று, காத்திருந்த டெலி போனைக் காதில் வைத்து, 'ஹலோ' என்றால் ஆசிரியர் பாலன்! பெங்களூருக்கு டெலிபோன் செய்து, நான் சென்றிருக்கும் ஊர், பஸ், அதன் ஜாதகம் எல்லாவற்றையும் கண்டுபிடித்து, 'உடனே மெட்ராஸ் வாங்க. 'கனவுத் தொழிற்சாலை'யைப் பத்தி ஒரு டிஸ்கஷன் இருக்கிறது. முடிந்த கையோடு உங்களைப் பத்திரமாக பார்ஸல் பண்ணி சேலம் அனுப்பிவிடுகிறேன்.' என்றார்.

'ஆனந்த விகடன்' ஆசிரியர் பாலசுப்ரமணியன் (பாலன், பலருக்கு எம்.டி.) எப்போதுமே இப்படித்தான். கதை எப்போது அனுப்பட்டும் என்றால் 'நேற்று' என்பார். ஒரு வரியை எடிட் பண்ணிவிட்டு, நான் நாட்டில் எங்கிருந்தாலும் டெலிபோனில் பிடித்து, 'மாற்றி இருக்கிறேன்' என்று சொல்லியும் விடுவார். இந்திய டெலிபோன் இலாகாவுக்கு ஏற்ற கம்பீரமான குரல். (பாட்டரிகள் வீக் ஆகும்) வட்ட முகம், தாட்டியான உடல மைப்பு, முழுக்கைச் சட்டை, வேஷ்டி, வெற்றிலை பாக்கு. பேசிக்கொண்டிருக்கும்போது தியானம் போல் கண்ணை மூடிக் கொண்டு நாம் சொல்லும் ஜோக்கை அந்தரங்கமாகத் தனக் குள்ளேயே புன்னகைத்துக்கொண்டு கேட்பார். பேச ஆரம்பித் ததும், சொற்களில் அழுத்தங்களைக் குரல் உயர்வுகளிலேயே காட்டுவார்.

ஐம்பது வருஷ ஆனந்த விகடனின் வாசன் சகாப்தம் எனக்குப் பள்ளி, கல்லூரிப் பிராயத்து நினைவுகளே. அப்போதெல்லாம் எனக்கு எழுதுவதைப் பற்றி எந்தவிதமான கனாக்களும் இல்லை. கிரிக்கெட், பெண்களை ஸைட் அடித்தல் போன்ற எந்தவிதமான ஆரோக்கியமான மாணவ எண்ணங்களும் இல்லை. கையில் இருந்த மோதிரத்தை விற்று, டாஸ்டாயவஸ்கி வாங்கிப் படித்த அசடாக இருந்தேன். அப்போது ஆனந்த விகடனில், தேவனின் ஜஸ்டிஸ் ஜகன்னாதனும், சின்னக் கண்ணன் கதைகளும் என்னைக் கவர்ந்தன. ராஜுவின் படங்களில் ஹாஸ்யத்தைவிட கவிதை இருப்பது புலப்பட்டது.

மவுண்ட்ரோட்டில் எதற்கோ காலியாக இருக்கும் மனையைத் தாண்டி உள்ளுக்குள் சென்றால் ஆபீஸ். அதற்குள் சென்றதும் அதன் ஐம்பது வருஷ சரித்திரத்தை ஞாபகப்படுத்தும் சமா சாரங்கள். ஏராளமான போட்டோவின் கீழே கண்ணாடி அணிந்து, தலையில் இருக்கும் ஊசி போன்ற சமாசாரத்தால் இந்த ஆசாமி எப்படி தலை வாரிப்பான் என்று சின்ன வயசில் என்னை பயப்பட வைத்த விகடன் சிலை. ரூம் ரூமாக உதவி ஆசிரியர்கள். கோடியில் பாலன் - அவரது அறை கம்பீரமாக விசாலமாக. எதையும் செய்து பார்க்கவேண்டும் என்கிற விருப்பம் அவர் ரத்தத்தில் இருக்கிறது. தந்தை எல்லாத் துறைகளிலும் அதைச் செய்து பார்த்தார். இவர் மற்றவற்றைப் புறக்கணித்துவிட்டுப் பத்திரிகையில் முழு கவனமும் செலுத்துவது தமிழ்நாட்டின் சொற்பமான அதிர்ஷ்டங்களில் ஒன்று. மர்ம நாவல் போட்டியில்

என்னை நடுவர் குழுவில் ஒருவராகப் போட்டபோது, 'என்ன சார், என்னைப் போட்டுட்டீங்களே! நானே எழுதியிருப்பேனே' என்று சொன்னபோது மகிழ்ந்து, 'உங்களை அந்த மாதிரி நினைக்க வெச்சதே எனக்குப் பெருமை' என்றார். முழுமையான பத்திரிகாசிரியர். நீங்கள் ஆனந்த விகடனில் எப்போதாவது ஏதாவது எழுதியிருந்தால் போதும், பாலன் உங்கள் பெயரை ஞாபகம் வைத்துக்கொண்டிருப்பார். 'கரையெல்லாம் செண்பகப் பூ' முடிந்ததும் எனக்கு அவரிடமிருந்து வந்த நான்கு பக்கக் கடிதத்தை இன்னும் வைத்திருக்கிறேன்.

('சாவி' 22-3-1981)

கார்த்திகேயன்

மழை. பெங்களூர் சிக்பேட்டை போலீஸ் நிலையத்துக்கு அருகில் சிக்கலான சந்துகளில் ஒரு 'லாட்ஜ்.' அதில் ஒரு வாலிபர் வருகிறார். ரூம் எடுக்கிறார். தம்மைப் பார்க்கச் சொந்தக்காரர் ஒருவர் வருவார் என்று சொல்கிறார். மாலை மழையில் தொப்பலாக நனைந்துகொண்டு அந்தச் சொந்தக்காரர் வருகிறார். பழைய பாண்ட், பழைய செருப்பு, கொஞ்சம் தள்ளாட்டம். ஹோட்டல் காரர்கள் அனுதாபத்துடன் அவருக்கு ரூம் காட்டு கிறார்கள்.

இரவு பத்து மணி வரை சொந்தக்காரர் இருக்கிறார். பத்து மணிக்கு அப்புறம் அந்த ஹோட்டலில் இரண்டாவது மாடி சுறுசுறுப்பாகிறது. நிழலான ஆசாமிகள் வருகிறார்கள். கூடுகிறார்கள். கதவைச் சாத்திக்கொள்கிறார்கள். சூதாடுகிறார்கள். எப்படிப் பட்ட ஆட்டம்? நாற்பதாயிரம் ரூபாய் ரொக்கம்; லட்ச ரூபாய் டோக்கன்கள்; முப்பதாயிரம் பெறுமான பொருள்கள். சீமைச் சாராயம் தண்ணி போல் ஓடுகிறது. கோழி, மீன் என்று அஞ்சு நட்சத்திர அசோகா ஹோட்டலிலிருந்து காரில் எடுத்து வருபவனுக்கு 500 ரூபாய் ஊதியம். பெரிய கைகள். சதாசிவ நகரில் பங்களா வைத்திருக்கும் பம்பாய்க்காரர்கள். சீமான்களை ஓவர்நைட் ஓட்டாண்டிகளாக்க, அந்தச் சிறிய அறையில் அந்தர்

- பாஹர் ஆட்டம். போலீஸ் வருகிறதா என்று கண்காணிக்க ரகசிய ஒற்றர் படை.

அந்தச் சொந்தக்காரரைக் கவனிப்போம். அவர் தள்ளாடிக் கொண்டு தன் நண்பர் மேல் ஏறக்குறைய சாய்ந்துகொண்டு அந்த ஒற்றர்களின் ஊடே நடக்கிறார். வெளியில் இன்னும் மழை. நனைந்துகொண்டே செல்கிறார். 'பாவம், கிராமத்தான்; காணாதது கண்ட மாதிரி குடித்திருக்கிறான்' என்று அனுதாபக் குரல் கேட்கிறது.

குடித்திருந்தவர் சந்து திரும்பியதும் திடீர் என்று செயல்படுகிறார். உடனே ஒரு டெலிபோனை நாடி போன் செய்கிறார். கேமரா காட்சிகளுடன் பத்து நிமிஷங்களில் அந்த ஹோட்டலைச் சுற்றிலும் போலீஸ் படை வளைக்கிறது. மாடிக்குப் போய்க் கதவைத் தட்டுகிறார். திறந்ததும் 'பளிச்' என்று போட்டோ ஃபிளாஷ். துப்பாக்கியைக் காட்டுகிறார்.

பதின்மூன்று பேரும் பிடிபடுகிறார்கள். சினிமா இல்லை நிஜம்.

அந்தக் கிராமத்து ஆசாமியின் பெயர் கார்த்திகேயன். பெங்களூர் போலீஸின் உதவி கமிஷனர்.

அடுத்த காட்சி ஒரு காபரே நடனம். இருண்ட சூழ்நிலையின் நடுவே ஒரேயோர் ஒளி வட்டம். அதில் நடனமாடும் அந்தப் பெண் தன் மார்பின் துணியைத் தளர்த்தி, விளிம்பில் வீற்றிருக்கும் இளம் ரசிகர் மேல், முத்தமிட்டு எறிகிறாள். இடுப்பில் இருக்கும் கால் கெஜத்தையும் உருவுகிறாள்.

அட! இதென்ன உள்ளுக்குள் உடல் நிறத்தில் இன்னும் அரைக் கால் கெஜம் பாக்கியிருக்கிறதே! கண்ணடித்துச் சிரிக்கிறாள். ஆர்க்கெஸ்ட்ரா துடிக்கத் துடிக்க, சுற்றிலும் உள்ள ஜனங்களின் கண்கள் சாஸர் அளவுக்கு விரிய விரிய, அந்தப் பெண் தன் கடைசி வஸ்திரத்தையும் உதறிப் போட்டுவிட்டுப் பத்தொன்பது வருஷங்களுக்கு முன் தான் பிறந்ததை நினைவு படுத்துகிறாள்.

பளிச்சென்று ஃபிளாஷ் அடிக்கிறது. அந்த இளம் ரசிகர் சட்டென்று துப்பாக்கியை உருவி, வாயிற்பக்கம் நகர்ந்து, வழியை அடைத்து, அந்தப் பெண்ணையும் காபரே கோஷ்டியையும் கைது செய்கிறார். பெயர்? கார்த்திகேயன்.

பெங்களூர் பல விதங்களில் ஓர் உல்லாச நகரம். அங்கு ரேஸ் இருக்கிறது. குடி இருக்கிறது, போதைப் பொருள்கள், மட்கா மன்னர்கள், சினிமா ஏராளம், குளிர்பதனப்படுத்தப்பட்ட வானிலை, எக்கச்சக்கத் தொழில் முன்னேற்றம். ஏராளமான பணம். வாய்ப்புகள், பாவங்கள் செய்யப் பல்வேறு சந்தர்ப்பச் சந்துகள்.

இந்த நகரத்தில், போலீஸ் உதவி கமிஷனர் இம்மாதிரி பல தடாலடி வேலைகள் செய்ய வேண்டியிருப்பதில் ஆச்சரிய மில்லை. அஞ்சா ஆசாமி கார்த்திகேயன். கஞ்சாக் கடத்தல் நடக் கிறதா? கார்த்திகேயன் பெட்டியைப் பிடுங்கி வந்து விடுவார். போலீஸ் உடையில் இல்லை. வியாபாரம் செய்ய வரும் 'சேட்' போல். அசோகா ஹோட்டலில் 'ப்ளு ஃபிலிம்ஸ்' விற்கிறார் களாமே? படத்துக்கு இரண்டாயிரம் ரூபாய் கொடுத்து வாங்க மஃப்டியில் வந்துவிடுவார்.

பதினாறாம் நூற்றாண்டு பஞ்சலோக விக்கிரகங்கள் மாநிலத்தில் இருந்து கடத்தப்பட்டு வெளிநாட்டுக்கு எடுத்துப் போகும் தறுவாயாமே? அவற்றை இருபதாயிரத்துக்கு விலை பேச ஹோட்டல் அறையில் கார்த்திகேயன் காத்திருப்பார். குரல் வளையைப் பிடித்து அழைத்துச் செல்வார்.

ஸ்ரீநகர் கிராமத்தில் கள்ளச்சாராயம் காய்ச்சுகிறார்களா? கார்த்திகேயன் வருவார். ஹோட்டல்களில் தேட்டை போடும் இளைஞர்கள், பருவப் பெண்களின் ஆசையில் சர்வத்தையும் இழந்து சரண் அடைவது கார்த்திகேயனிடம்.

போதைப் பொருள்களிலும் கடத்தலிலும் தேர்ந்தவர்களைப் பிடிக்க, இரண்டு லட்சம் ரூபாயை ப்ரீஃப் கேஸில் தனியாக எடுத்துச் செல்வார்.

கார்த்திகேயேனின் ஒரு நாள் மாலை நிகழ்ச்சியைச் சற்று விஸ்தாரமாகப் பார்ப்போம். ஓர் ஆசாமி ஆயிரம் ரூபாய்க்குக் கஞ்சாவுடன் வருகிறான். அவனைத் தொடர்ந்து பிராட்வேக்கு செல்கிறார். 'பணம் இருக்கிறதா காட்டு?' என்கிறான். ஆயிரம் ரூபாயைக் காட்டுகிறார். 'இரு' என்று சொல்லிவிட்டுச் சந்துக்குள் மறைகிறான், காத்திருக்கிறார்.

அவன் சற்று நேரத்தில் ஐந்து வெற்று குண்டர்களை அழைத்து வருகிறான். கார்த்திகேயனைச் சற்று தூரத்தில் மஃப்டியில்

தொடர்ந்து வந்த போலீஸ் ஆபீஸர்கள் கவலைப்படுகிறார்கள். அந்த ஐவரில் ஒருவன் பழைய கேடி, கொலைக் குற்றத்துக்குத் தேடப்பட்டவன். ஒரு கத்தியை எடுத்துக் காட்டி, கார்த்தி கேயனை ஒரு காரில் திணிக்கிறார்கள். 'பயப்படாதே! போலீஸ் காரர்களைப் பற்றிக் கவலைப்படாதே. இது நம்ம பேட்டை, கிழித்து விடுகிறேன்' என்கிறான். 'டி.ஸி. ஒருத்தன் ரோந்து சுற்றுகிறானாம், நம்மைத் தேடிக்கிட்டு! நீ அஞ்சாதே வாத்தி யாரே! நான் இருக்கேன்!'

கார்த்திகேயனின் கை தம் உடலுக்குள் மறைந்திருக்கும் துப் பாக்கியை நெருடுகிறது. 'வேண்டாம். ஆபத்து!' என்கிறது அவர் உள்ளுணர்வு. ஆனால், அவருக்குக் கவலை மஃப்டியில் தொடரும் ஆபீஸர்கள் அவசரப்பட்டுக் காரியத்தைக் கெடுத்து விடப் போகிறார்களே என்பதுதான்.

நினைத்தாற்போல் அவர்கள் டி.ஸி.-க்கு உயிருக்கு ஆபத்து என்று ஓடி வருகிறார்கள். டிரைவரிடம், 'ஓட்டு ஓட்டு! போலீஸ் வருது! தப்பிக்கலாம்' என்று கத்துகிறார் கார்த்திகேயன். கார் - நகரச் சமாளிக்கிறார். 'நான் பெரிய ஆள். என்னைப் போலீஸ் ஒன்றும் செய்ய முடியாது! தப்பித்தோம். ஆனால், இன்று நாள் நன்றாக இல்லை. இன்னொரு சமயம் வருகிறேன்'' என்று தப்பிக்கிறார்.

அடுத்த முறை கார்த்திகேயன் அவர்களிடம் தொடர்பு கொள்கை யில், அவர் 'அரெஸ்ட்' செய்யப்படுகிறார். போலீஸிடம். 'ஐயா! நான் இதற்கெல்லாம் புதுசு! என்னை விட்டுடுங்க' என்று கெஞ்சிக் கூத்தாடி விடுதலை பெறுகிறார்.

மூன்றாம் முறை சந்திக்கும்போது கஞ்சாக்காரர்கள் 'இவன் நம்ம ஆள் வாத்தியாரே' என்று தம் கிடங்குக்கு அழைத்துச் செல்ல, அத்தனை பேரையும் சரக்குடன் வளைத்துப் பிடிக்கிறார்.

எத்தனையோ வேடங்கள்; எத்தனையோ ஆபத்துச் சூழ் நிலையில் நடிக்கும் கார்த்திகேயனை நிஜ ரூபத்தில் நேரில் சந்திப்போம். துடிப்பான போலீஸ் உடையில் இளமையான முகம் சினிமாக்காரர்கள் பார்த்தால் அழைத்துச் சென்று விடு வார்கள். கண்களில் சிரிப்பு. ஒன்று சேர நினைக்கும் புருவங்கள். சிக்கனமான புன்னகை. சிக்கனமான கைகுலுக்கல். கமிஷனர் ஆபீஸின் பரபரப்பான சூழ்நிலையில் ஓர் எளிய அறை. அருகே போலீஸ் கண்ட்ரோல் ரூமின் ராட்சச ஆண்டெனா, மேஜை முன்

மூன்று டெலிபோன்கள். வி.எச்.எஃப். இப்போதுதான் குளித்தவர் போல் எப்போதும் புதுசாக இருக்கிறார்.

கார்த்திகேயன் 1930-ல் பிறந்த தமிழர். கோயமுத்தூர் தேவராய புரம் கிராமத்து விவசாயக் குடும்பத்தைச் சேர்ந்தவர். அண்ணா மலையில் பி.எஸ்.ஸி. அப்புறம் சென்னையில் பி.எல். கோய முத்தூரில் இரண்டு வருஷங்கள் வழக்கறிஞர். 1994ல் ஐ.பி.எஸ். பரீட்சை பாஸ் செய்து கர்நாடக மாநிலத்தைத் தேர்ந்தெடுத்தவர். கன்னடம் எழுதப் படிக்கப் பேச வல்லவர். உடன் ரஷ்ய மொழி, மவுண்ட் அபு, மைசூர் பயிற்சிகளுக்குப் பிறகு கர்நாடக மாநிலத்தில் கடினமான பிரதேசங்களான குல்பர்கா, தார்வார், பெல்காம் பகுதிகளில் தொடர்ந்து எஸ்.பி. ஆக அனுபவம். அதன் பின் மாஸ்கோவில் எம்பஸியில் மூன்று வருஷம். அப்புறம் பெங்களூர்.

கார்த்திகேயனிடம் சில கேள்விகள் கேட்டேன். 'உங்கள் போலீஸ் அனுபவத்தில் கொலைக் குற்றங்களை நிறையச் சந்தித்திருப்பீர்கள். நம் இந்திய சூழ்நிலையில் கொலைக்கு ஆதாரமான காரணங்கள் என்ன என்று சொல்லமுடியுமா?' 'முடியும்' என்றார் அழுத்தமாக. 'சொத்து, பெண்ணாசை! இவ்விரண்டும் ஆதாரமான விஷயங்களில் வரும். விரோதங்கள், பழைய விரோதங்கள்.'

'ஜனங்களின் அறிவும் கல்வியும் வளர குற்றங்கள் குறையும் என்று நம்புகிறீர்களா?'

'இல்லை! பண்பாடு அதிகமாவதால் குறையும். படிப்பும் அறிவும் வளர, குற்றங்கள் அதிகமாகிக்கொண்டுதான் வருகின்றன. இது ஒரு முரண்பாடு! குற்றத்தின் நளினம் (Shophistication) தான் அதிகமாகிக்கொண்டு வருகிறது. குற்றம் அதிகமாவதற்குக் காரணம் கடும் வறுமை. சோவியத் ரஷ்யாவில் ஜனத்தொகையுடன் ஒப்பிட்டால் குற்றம் என்பது மிகக் குறைவு. பொதுவாகக் கம்யூனிஸ்ட் நாடுகளிலேயே குற்றம் குறைவுதான். காரணம், அங்கே இல்லாமை இல்லாமையால். ஆதாரத் தேவைகள் அத்தனையும் கிடைத்துவிடுகின்றன. அந்த அமைப்பில் அதிகம் சம்பாதித்துச் சொத்துச் சேர்த்து வைக்க முடியாது. இங்கே அதிகமான ஏழைமை, அதீதமான செல்வம் இரண்டுமே குற்றத்துக்குக் காரணமானவை. செல்வத்தால் எதையும் வாங்கிட முடிகிறது. புகழ், பதவி, சட்டம், - மௌனம் - எதையும்!'

'நம் இந்திய போலீஸ் முறைகளில் குறைபாடுகள் உண்டா? Criminologyயின் சம்பிரதாயச் சித்தாந்தங்கள் நவீன மனோதத்துவ முறைப்படித் தகர்க்கப்பட்டிருக்கின்றனவே?'

'இந்திய போலீஸ் முறைகளில் நிறைய குறைபாடுகள் உள்ளன. போலீஸ் கமிஷனின் ரிப்போர்ட் ஒன்று வரவிருக்கிறது. அதில் சில சீர்திருத்தங்களை எதிர்பார்க்கிறோம். சரித்திரம் போலீஸுக்கு எப்போதும் எதிரி. எய்தவன் இருக்க அனாவசியமாக வெறுக்கப்படும் அம்புகள் நாங்கள். அரசாங்கமோ, மற்றவர்களோ எடுக்கும் தவறான முடிவுகளின் விளைவுகளை நாங்கள் சந்திக்கவேண்டியிருக்கிறது. போலீஸ் பற்றிய அபிப்பிராயங்கள் சந்தர்ப்பத்துக்கு ஏற்ப மாறுபடும். நம்மை மற்றவர்களிடமிருந்து காப்பாற்றும் போது போலீஸ் பிரமாதமானவர்கள். மற்றவர்களை நம்மிடமிருந்து காப்பாற்றும்போது அவர்கள் கெட்டவர்கள்! தொழிற்சாலை மறியலில் சற்று காட்டமாக இருந்தால் தொழிலாளிக்கு விரோதி. சற்று விட்டுக் கொடுத்தால் முதலாளி, 'போச்சு! பாதுகாப்பே இல்லாத அராஜகம்' என்பார். அதேபோல் மாணவர்கள்! கல்லூரித் தலைவர்கள் பத்தாயிரம் பேர் மறியல் செய்யும் கூட்டத்தில், முன்நிற்கும் ஒரு போலீஸ் ஆபீஸரை நினைச்சுப் பாருங்க! சுட்டால் உடனே குய்யோ முறையோ என்று கத்தி ஜுடிஷியல் என்க்வைரி. சுடாவிட்டால் அவன் செத்தான்!

எல்லோரும் நல்லபடி நடந்துவிட்டால் போலீஸே தேவையில்லைதான். ஆனால், அது ஆதர்ச உலகம். நிஜ வாழ்க்கையில் போலீஸ் தேவையாகத்தான் இருக்கிறது. ராணுவத்தை விட்டால் சுட்டுப் பொசுக்கிடுவாங்க!

நான் சொல்வது ஒன்றுதான். போலீஸ் அக்கிரமம் செய்து, லஞ்சம் வாங்கினா விடாதீங்க! கடுமையாத் தாக்குங்க. புகார் செய்யுங்க. அதே சமயம் ஒருவன் செய்த தப்புக்காக நிர்வாகத்தையே சாடாதீங்க. அங்கங்கே கொஞ்சம் நல்ல காரியமும் செய்கிறோம். சின்னதா ஒரு பாராட்டு.. ஒரு சபாஷ் உண்டா?'

'விஞ்ஞானம் எந்த அளவுக்குப் போலீஸுக்கு உதவுகிறது?...'

'முக்கியமா விரல் ரேகை பரிசோதனையில் ரொம்ப உதவுது. அப்புறம் கம்யூனிகேஷன்ஸ். தமிழ்நாடு போல அவ்வளவு முன்னேற்றம் இல்லைன்னாலும் நாங்களும் செய்தித் தொடர்பில் சுமாரா முன்னேறியிருக்கோம். கம்ப்யூட்டர் ஒன்றை இப்பத்தான்

வாங்கி அதுக்கு உண்டான தகவல் தீனி போட்டுக்கிட்டு இருக்கோம்.'

'நம் தண்டனை முறையில் குற்றம் குறைகிறதா? திரும்பத் திரும்பச் சிறைக்குப் போறவங்க அதிகமா இருக்காங்களே?'

'தண்டனை, ஆரம்ப காலத்தில் சமூகம் குற்றவாளி மேல பழி தீர்த்துக்கிற சித்தாந்தத்தில்தான் தொடங்கியது. அப்படியே குற்றவாளியைச் சமூகத்திலிருந்து விலக்கி வைக்கிற சிறைத் தண்டனை, அப்புறம் அவனைச் சீர்திருத்துற நோக்கத்தோட சிறை. நீங்க சொல்ற மாதிரி பல பேர் திருந்தவும் செய்றாங்க. ஆனா, தண்டனை கொடுக்கறதே முதல்லே கஷ்டமா இருக்குதே! சட்டம் இதிலே ரொம்ப வீக்குங்க. உதாரணத்துக்கு ஒருவன் கஞ்சாவோட பதிமூணு லட்ச ரூபாய் பெருமானம் - ஒரு ஆளைப் பிடிச்சேன். அடுத்த நாள் அவன் சுதந்தரமாகத் திரியறான். காரணம்? The Law Weak. கஞ்சாவினால் நம்ம இளைஞர்களுக்கு ஏற்படற சேதம் தெரியுமா உங்களுக்கு? இந்தக் கடிதத்தை படிங்க. ஒரு தந்தை எனக்கு எழுதினது!' (கடிதத்தைப் படித்து அயர்ந்து போனேன். கார்த்திகேயன் தமக்கு வரும் ஏராளமான கடிதங்களில் சிலவற்றை எனக்குக் காட்டினார். அவைகளிலிருந்து சில பகுதி களைத் தனியாகத் தந்திருக்கிறேன்.)

நாங்கள் பேசிக் கொண்டிருக்கும்போதே பலமுறை போன் ஒலிக் கிறது. பார்வையாளர்கள் வந்துகொண்டே இருக்கிறார்கள். அடிக்கடி வி.எச்எஃப் போனில் Law-West O Control what is the position of the procession என்று நகரில் திரண்டு கொண்டிருக்கும் ஒரு தொழிற்சங்க ஊர்வலத்தைத் தொடர்ந்து கொண்டிருக்கிறார்.

கார்த்திகேயனின் போலீஸ் அனுபவங்கள் மிகவும் விஸ்தார மானவை. குல்பர்காவில் கொள்ளைக்காரர்கள், கொலைகள். தார்வாரில் ஹிந்து - முஸ்லீம் அடிதடிகள், மாணவர் கிளர்ச்சி. பெல்காமில் கன்னட - மராட்டிய மோதல்கள். பத்தாயிரம் முஸ் லிம்கள் கோபத்துடன் செல்லும் ஊர்வலங்கள். அணை கட்டிய தால் நிரம்பிய தண்ணீரில் மூழ்கிப் போக இருந்த, பிடிவாதமாக நகர மறுத்த நாற்பதாயிரம் கிராம ஜனங்கள். இந்திரா காந்தியின், பிரதமர் - பிரதமர் அல்லாத விஜயங்கள்; ஹேமமாலினியின் நடனங்கள். கிரிக்கெட் டெஸ்ட் மாட்ச். ரஷ்யாவில் ப்ரோட்டோ கால் சம்பிரதாயங்கள், கிழக்கு ஜெர்மனியின் பிரதமருக்குப் பாதுகாப்பு.. மதத் கானா என்னும் ஓப்பியம் கிடங்குகள்..

வேலை நிறுத்தம், தொழிலாளிகள், மாணவர்கள்.. தற்கொலை செய்ய நினைத்து டெலிபோன் செய்யும் பெண்கள், கண் ணடிக்கும் இளைஞர்கள்.. கற்பழிக்கும் ஆட்டோ ரிக்ஷாக் காரர்கள்.. சிமெண்ட் பதுக்கும் சீமான்கள்..

எத்தனை வகைகள்!

'ஒரு பரிவு வார்த்தை, ஒரு சின்ன ஷொட்டு! அதுபோதும் எங்களுக்கு' என்கிறார்.

கமிஷனருக்குக் கடிதங்கள்

(கார்த்திகேயனுக்கு வந்த சில கடிதங்களிலிருந்து சில பகுதிகள். பெயர்கள் மாற்றப்பட்டுள்ளன.)

என் மகன் உதய் சுக்ரா. 24 வயது. ஆங்கில இலக்கியத்தில் எம்.ஏ. ஆஸ்துமா. 5'10' உயரம். ஆரம்பத்தில் மிகக் கெட்டிக்காரனாக இருந்தவன், போதைப் பொருள்களுக்கு அடிமையாகி, எதிலும் சுவாரஸ்யம் இழந்து, அம்மாவை அடிப்பது, புத்தகங்கள், துணி, செருப்பு எல்லாவற்றையும் கஞ்சாவுக்காக விற்பது... என்று ஆரம்பித்துவிட்டான். அவன் தங்கையை ஹாஸ்டலுக்கு மாற்ற வேண்டியதாகி விட்டது. கஞ்சா, ஒப்பியம், ஹஷிஸ், சரஸ் புகைக்கிறான். பல இடங்களில் இவை அவனுக்குக் கிடைக்கின்றன.

(ஒரு வருடம் கழித்து இந்தப் பையன் மாறி விட்டான்.)

★

'மன்னித்துவிடுங்கள் சார். நான் உங்களிடம் வாக்குறுதி அளித்ததை நிறைவேற்ற முடியவில்லை. உங்களுக்கு என் சொந்த விஷயங்கள் தெரியும். நான் விவரித்துச் சொல்ல வேண்டியதில்லை. உங்களுக்கு நான் எப்படி நன்றி சொல்வேன்! எனக்கு வாழ்வு வெறுத்துப் போய்விட்டது. உங்களிடம் நான் வாழ்கிறேன் என்று சத்தியம் பண்ணிக்

கொடுத்தாலும் இறப்பதில் எனக்கு அதிக சந்தோஷம் இருப்பதாகப்படுகிறது. ஆனால், உங்கள் மேல் என் அன்பையும் மரியாதையையும் சாக அடிக்க முடியாது... என்று முடிக்கிறேன். என் தற்கொலைக்கு யாரும் காரணமல்ல. அன்புடன் ராணி!

(இந்தப் பெண்ணை Save பண்ணிவிட்டோம்.)

★

ஐயா, அடுத்த வீட்டுப் பையன், என் பெண்ணைக் கடந்த ஆறு மாதங்களாகத் தொந்தரவு செய்கிறான். அதுவும் பஸவங்குடி பெண்கள் காலேஜுக்குச் செல்லும்போது, மணிக்கணக்கில் எங்கள் வீட்டுக்கருகில் பதின்மூன்றாவது மெயின்ரோடு போர்டின் நிழலில் நிற்கிறான். என் பெண்ணுக்கு ஒரு கடிதமும் எழுதியிருக்கிறான். இளைத்த கறுப்பான பையன். சுருட்டை மயிர். ஐந்தே கால் அடி உயரம். ஏதாவது செய்யுங்களேன்.

★

ஐயா, நான் ஸூஸன். என் சகோதரி சார்லட். இருவரையும் எப்படி யாவது இந்த இடத்திலிருந்து விடுதலை செய்து என் அருமை அப்பா அம்மாவிடம் கொண்டு சேர்ப்பிக்கவும்.

(ரொம்ப வினோதமான கதை! சொன்னா நம்ப மாட்டீங்க).

★

சார்!... கடைசியாக உங்களிடம் வேண்டுவது என்னை என் அப்பாவிடமிருந்தும் அண்ணனிடமிருந்தும் அவர்கள் பொய்ப் புகார்களிலிருந்தும் காப்பாற்றி, என் புதிய கணவருடன் சுகமாக வாழ ஏற்பாடு செய்வீர்களா?...

(இது அதைவிட வினோதம்.)

★

கார்த்திகேயன்! நீங்கள் எங்கள் பேட்டையில் அஹமத் என்பவருடன் சிநேகமாக இருப்பதாக அறிகிறேன். நீங்கள் ஒரு போலீஸ் ஆபீஸர். இது - அவனைப் பற்றி நான் சொல்ல வேண்டியது என் கடமை...

(திட்டியும் நிறைய வரும்)

★

பார்புகழும் பெங்களூர் நகரம் தன்னில்
பாதுகாக்கும் சட்டத்தின் காவல் தெய்வம்
யார் என்று ஊர் கேட்டால் உரத்த குரலில்
யான் சொல்வேன் கார்த்திகேயன் என்று
ஊர் போற்ற பேர் எடுக்கும் உமது புகழ்
உலகுள்ளளவும் நிலைக்கும், உண்மை
நேர்கொண்ட பார்வையே உம்மைக் காண
நெடுநாளாய்க் காத்திருந்தேன் வரவா உள்ளே.

(பார்வையாளர் சீட்டில் இந்தக் கவிதையை எழுதி அனுப்பிச்சாருங்க மணிமாறன்னு ஒரு கவிஞர்.)

(கல்கி)

பதில்கள்

சி. ஸ்ரீதர், திருநெல்வேலி - 1.

○ 'காந்தியின் சோஷலிசம்' கம்ப்யூட்டரை எதிர்க் கிறதா?

★ இதற்குப் பதில் எழுத இன்னொரு பூரா சாவி இதழும் வேண்டும்.

கா. இராமச்சந்திரன், திருச்சி - 20.

○ ஒரு வாரம் தற்காலிக ஆசிரியரைப் போல் ஒரே ஒரு நாள் உம்மைச் சென்னை வானொலி நிலைய நிகழ்ச்சிகளைத் தயாரிக்கச் சொன்னால்...?

★ இந்தக் கேள்வியை வானொலி டைரக்டருக்கு அனுப்பியிருக்கிறேன். இதுவரை பதிலில்லை.

மூர்த்தி, கடலூர் - 1.

○ ஒரு பெண்ணின் கன்னித்தன்மையை - கம்ப் யூட்டரால் கரெக்டாகச் சொல்ல இயலுமா?

★ அதற்கு கம்ப்யூட்டர் தேவையில்லை!

ஏ.மனோகர், எளாவூர்.

○ தமிழர்களாகிய நாம் ஏன் தமிழ் எண்களை உப யோகப்படுத்துவது இல்லை?

★ மொத்தம் எண்ணிப் பார்த்ததில் உங்கள் கேள்வி க உ ஊ ரு ? இது எத்தனை பேருக்குப் புரியும்?

க.சிவலிங்கம், செஞ்சி.

○ குமுதத்தில் 'யார்?' தொடர்கதையை நீங்கள் எழுதியதாகப் பல்லாயிரக்கணக்கான வாசகர்கள் யூகித்தனரே. உங்கள் நடையைச் சரிவரப் புரியாதவர்கள் இன்னும் பல்லாயிரவர் இருக்கிறார்கள் என்றுதானே பொருள்?

★ உண்மைதான்.

ஜெயா, கோயம்புத்தூர்.

○ உங்களுடைய கதைகளில் வருவது போல் என்னுடைய Hand Writingகை வைத்து என்னுடைய Characterஐ உங்களால் கூற முடியுமா?

★ இடப்பக்கம் சாய்ந்த கையெழுத்து: பெண்மை. வலப்பக்கம் மேல் நோக்கிப் போகும் போக்கு: ஆர்வம். இரு வார்த்தை களுக்கும் இடையே உள்ள இடைவெளி: செலவாளி. ஒற் றெழுத்தின் மேல் ஆணி அடித்தப் புள்ளிகள்: கூர்மை, கவனம்.

என். குணசீலன், பட்டுக்கோட்டை.

○ ஒரு வாரத்துக்கு மட்டும் ஆசிரியராகப் பணிபுரியவேண்டும் என்ற ஆசை உள்ள நீங்கள், முழுக்க முழுக்க நீங்களே ஆசிரியராக இருந்து, ஒரு தமிழர் வார இதழ் வெளியிட்டால் என்னவாம்?

★ இந்த இதழைப் படித்து முடித்த பின் இந்தக் கேள்வி மறு படியும் எழுமா?

ஏ. கிருஷ்ணன், ஈரோடு.

○ எழுத்து உலகுக்கே வராமல் இருந்தால் இன்று என்ன செய்து கொண்டிருப்பீர்?

★ சுஜாதாவின் கதைகளைப் படித்துக்கொண்டிருப்பேன்.

மு. அறிவழகன், பட்டுக்கோட்டை.

○ மீண்டும் மீண்டும் மனத்தில் பாடும் பாரதி கவிதை தங்கள் உள்ளத்தில் எது?

★ *காக்கைச் சிறகினிலே.*

என். ராமகிருஷ்ணன், திம்மராஜபுரம்.

❍ *உலகத் தமிழ் மாநாட்டில் உங்களைக் கவர்ந்த ஓர் அம்சம்?*

★ *என்னை அழைக்காதது.*

ஆர்.வி. ரமணன், சென்னை - 40.

❍ *'திமலா' போன்ற கதைகளை 'அட்ரஸ்' இல்லாத அறிமுக எழுத்தாளர் ஒருவர் எழுதினால் வாசகர்களும் சரி, பத்திரிகை ஆசிரியரும் சரி, இதை ஏற்றுக்கொண்டு பிரசுரமாகும் என்று நினைக்கிறீர்களா?*

★ *பிரசுரித்த பிறகு அட்ரஸைத் தேடுவார்கள்.*

ரமா, பெங்களூர்.

❍ *'சயின்ஸ் யுகம்' - 'கலியுகம்' புரியும்படிச் சொல்லுங்கள்?*

★ *பார்க்க - பக்கம் - 64.*

கலைமணி பன்னீர் செல்வம், சென்னை.

❍ *ஒரு தபால்தலை அளவில் ஒரு செக்ஸ் கதை சொல்ல முடியுமா?*

★ *...யும்... விடியும்.*

மேஜர்தாசன், ஈரோடு.

❍ *சமீபத்தில் பெங்களூரில் சர்க்கஸ் கொட்டகையில் நடந்த தீ விபத்து பற்றி?*

★ *நான் சந்தித்தவர்கள் எல்லோரும் அந்தக் காட்சிக்குப் போக இருந்து தப்பித்ததை.*

எஸ்.ராம்சிங், திருநெல்வேலி.

❍ *தற்காலத்தில் தமிழ் எழுத்தாளர் பெரும்பாலோர் (உங்களையும் சேர்த்து) மனிதனின் பலவீனங்களை எழுதி, அதனால் மனித மனத்தை மேலும் பலவீனமாக்குகிறார்கள் என்று என் நண்பர் 'மரியா' சொல்கிறார். இதை இல்லையென்று சொல்ல முடியுமா? விளக்க முடியுமா?*

★ மரியா என்பது நீர்தான்! சரியா?

பழ. நாகப்பன், சென்னை - 7.

O படம் ஆரம்பித்தபின் சென்று ஸீட் தேடிய அனுபவம் உண்டா?

★ உண்டு, நீலப் படங்களில்.

O வாழ்க்கையில் அர்த்தம் என்ன என்பது இந்தக் கேள்வியை எழுதும் வரை தேடிக் கிடைக்கவில்லை. உங்களுக்கு?

★ நல்ல கேள்வி. ஒரு நீண்ட பதில் தர விரும்புகிறேன். கேட்ட வரே நீங்கள் யார்? புகைப்படம், விலாசம் தேவை! உடனே அனுப்பவும்.

பதில் தர முடியாத சில கேள்விகள்

பி.ஆனந்த். கோயமுத்தூர் - 20.

O தங்களது I.Q எவ்வளவு.

வி.மணிமுத்து, சின்னமனூர்.

O உங்கள் கதையில் திருடன் ஒருவனுக்குக் கடைசியில் எப்படியும் தண்டனை வாங்கிக் கொடுத்து விடுகிறீர்களே. தண்டனை கிடைக்காத திருடனே சமுதாயத்தில் கிடையாதா?

ஆர்.புவனேந்திரன், சென்னை - 18.

O வினோபா ஏன் பகவத்கீதையைப் படிக்கச் சொல்கிறார்?

ஆர்.சம்பத்குமார், பி.இ., திருச்சி - 14.

O நான் நடிகை ஸ்ரீதேவியின் ரசிகன். அவருடைய விலாசத்தை தயவு செய்து தெரிவிக்கவும். அவரது வீட்டுக்குச் சென்றால் அவருடன் ஐந்து நிமிடமாவது பேச முடியுமா?

ப. இராமபிரசாத், சென்னை - 5.

O உங்களது புதிய நடைக்கு வித்திட்டது ராஜேந்திரகுமார்தானே?

('சாவி' 22-3-1981)

பாபக் கிரகம்

சனி பாபக் கிரகம் ஆகும். கறுப்பு நிறம் கொண்டு மேற்குத் திசையைக் குறிக்கும் கிரகம் ஆகும். ஆயுளுக்கும், தொழில் விபத்துகள், இரும்பு, அடிமைத் தொழில், கடன்படுதல், அரசாங்க தண்டனை பெறுதல், அவயவம் குறைவுபடுதல், சித்த பிரமை, பித்த நோய், நேர்மை கெட்ட நடவடிக்கைகள் முதலியவற்றுக்குக் காரணம் வகிக்கும்.

புலியூர் பாலு ஜோதிட பாடம்.

இவ்வளவு பொல்லாத கிரகத்தை நாம் கொஞ்சம் கிட்டே பார்க்கலாமா?

அமெரிக்கா, கலிபோர்னியா, பாஸ்டேனா நகரம். கேப்ரியல் மலைகளின் அடிவாரத்தில் இருக்கும் நவீன ஜெட் ப்ரொபல்ஷன் லாபரட்டரி.

காலை ஏழு மணிக்குத் தூக்கம் குறைந்த விஞ்ஞானிகள் ஆர்வத்துடன் டெலிவிஷன் திரைகளைப் பார்த்துக்கொண்டிருக்கிறார்கள். அவர்கள் பார்த்த வடிவம்?

95 கோடி மைல் தூரத்திலிருந்து சனி கிரகத்தை நோக்கி விரைந்து கொண்டிருந்த - 'வாயேஜர் 1' என்கிற விண்வெளிக் கப்பல் அனுப்பின முதல் போட்டோக்கள்.

இதோ இன்னும் 33 மணி நேரத்தில் அந்த தூரப் பிரயாண பாபக் கிரகமான சனீஸ்வரனை அணுகப் போகிறது. எப்போது கிளம்பியது? 1977-ல்.

15 மணி நேரத்துக்குப் பின், சனி கிரகத்தின் 'டைட்டன்' என்கிற அதன் சொந்தச் சந்திரனைக் கிட்டப்போய்ப் பார்த்துவிட்டு 'வாயேஜர்' பாபக் கிரகத்தை அணுகுகிறது ('என்ன ஆகுமோ' வாயேஜருக்கும் அதை அனுப்பிய விஞ்ஞானிகளுக்கும்? என்ன கடன்கள் படப்போகிறார்களோ? எப்படியெல்லாம் நேர்மை கெட்ட நடவடிக்கைகளில் ஈடுபடப் போகிறார்களோ? கவலை யாக இருக்கிறதே ஈஸ்வரா!)

முதலில் அந்த 'டைட்டன்.' சனீஸ்வரனின் சொந்தச் சந்திரனின் 'க்ளோஸ் அப்.' அடிபட்ட முகம், ஒரு விண்வெளிப் பைத்தியக் காரன் மாயத் தூரிகையில் வரைந்த கறுப்பு வெளுப்புச் சித்திரம் போல இருக்கிறது. இன்னும் கொஞ்சம் தூரம். இதோ சனீஸ்வரன்! கிட்டத்தில் பார்ப்பதற்கு முன், நம் பாபக் கிரகத்தின் மேற்கத்திய சரித்திரத்தைப் பார்க்கலாம். சனி, செவ்வாய், சுக்கிரன், குரு எல்லாமே 17ம் நூற்றாண்டு வரை விண்ணில் தெரிந்த சிறிது வெளிச்சங்களாகவே இருந்தன. வந்தார் கலிலியோ. 1610-ல் ஏதோ ஒரு கையால் செய்த டெலஸ்கோப்பை கண்ணில் பொருத்தி, சனீஸ்வரனை முதலில் தூர தரிசித்தார். அவருக்குப் புரியவில்லை!

என்னவோ காது முளைத்த ஒரு கப் மாதிரி இருக்கிறது என்று குறிப்பிட்டார். நாற்பது வருஷம் கழித்துக் கொஞ்சம் கம்பீரமான டெலஸ்கோப் வைத்துப் பார்த்த டச்சு வான சாஸ்திரி க்றிஸ்டியன் ஹைஜன்ஸ், 'அது காதில்லை, கிரகத்தைச் சுற்றித் தெரியும் தனிப் பட்ட வளையம்' என்றார். அன்றிலிருந்து இன்றுவரை அதைப் பற்றி அதிகம் தகவல்கள் சேகரித்ததாகத் தெரியவில்லை. 1979ல் 'பயனியர் (முன்னோடி) 312' என்கிற விண்வெளிக் கப்பல் சனி கிரகத்தின் கிட்டே சென்று பார்த்தவரை..

சூரியனிலிருந்து பத்துக் கோடி மைல் தூரத்தில் சுற்றும் சனி கிரகம், அதை மெள்ள 30 வருஷத்துக்கு ஒரு முறை சுற்றி வருகிறது. சூரிய குடும்பத்தின் இரண்டாவது மிகப் பெரிய கிரகம். 75,000 மைல் குறுக்களவுள்ள வாயுப் பந்து. எல்லாமே ஹைட்ரஜன், ஹீலியம், கொஞ்சம் மீத்தேன். கொஞ்சம் அம்மோனியா.

சனி கிரகத்தின் சுற்றியிருக்கும் வளையங்களே சூரிய குடும்பத்தின் நகைகள். வான சாஸ்திரர்கள், ‘இந்த வளையங்கள் சின்னச் சின்ன ஐஸ்கட்டிகள் பெரிய பாறைகளில் சேகரித்த வட்டவடிவச் சுற்றல்’ என்று கண்டிருந்தார்கள். ஆனால், எதற்காக சனி கிரகத்துக்கு மட்டும் இந்த வளையங்கள்?

எப்போதோ சிதறிப்போன சந்திரனின் துகள்களா? அல்லது ஆரம்பத்திலேயே துகள்களாக இருந்து சந்திரனாக ஒன்று சேர மறந்து போன தனித்தனிகளா?

கிட்டப்போய்ப் பார்த்தால்தானே தெரியும்!

கிட்டே போவது 1961 வரை அசாத்தியமாகப் பட்டது.

மைக்கல் மனோவிட்ச் என்ற பெயர் கொண்ட கலிபோர்னியப் பல்கலைக்கழக மாணவன் ஒருவன் ஒரு ஐடியா சொன்னான். அவன் சொன்னது:

‘அதிகம் கனமில்லாத கொஞ்சம் சக்தி கப்பலையே அனுப்புங்கள். நடுநடுவே குறுக்கிடும் மற்ற விண்ணுலகங்களின் ஈர்ப்புச் சக்தியைச் சாதகமாகப் பயன்படுத்திக் கொண்டால் வெகு தூரம் போகலாம்’ என்றான். ‘ஏதோ ஒரு ஐடியா சொன்னேன் அடிக்காதீர்கள்!’ என்றான்.

‘அடபாவி! எங்களுக்கெல்லாம் தோன்றவில்லையே!’ என்று அவன் யோசனைப்படி ஒரு பெரிய விண் பிரயாணத் திட்டத்தைத் தயாரித்து, விஞ்ஞானிகள் அரசாங்கத்துக்கு அனுப்பினார்கள். ‘ஐயோ! இவ்வளவு செலவா? பட்ஜெட் போதாது’ என்று சொல்லிவிட்டார்கள். ‘குறைத்துக் கொள்!’ என்றார்கள்.

475 வருஷத்துக்கு ஒரு முறை வரும் கிரகச் சேர்க்கையின் போது நாம் யாகங்கள் செய்துகொண்டிருந்தோம். அவர்கள் அந்தத் தருணத்தில், குறைந்த அளவு எரிபொருளுடன் அனுப்பப்பட்ட விண்கலம் அந்த முகூர்த்தத்தின் ஈர்ப்பு விசைகளைப் பயன்படுத்திக்கொண்டு, உண்டி வில்லில் கிளம்பின கல்போலப் பிய்த்துக்கொண்டு ஓடும் என்றும் எரிபொருள் நிறைய மிச்சமாகும் என்றும் காத்திருந்தார்கள். வெட்டப்பட்ட பட்ஜெட்டில் மற்ற கிரகங்களைத் தவிர்த்து சுக்ரன், குரு சனி கிரகங்களை நோக்கி இரண்டு கலங்கள் அனுப்பப்பட்டன.

வாயேஜர் 1, 2

1977-ல் 16 நாள் வித்தியாசத்தில் கிளம்பின இரண்டும். இரண்டு வருஷம் கழித்து 1979-ல் குருவை அணுகி பிரமிக்கத்தக்க போட்டோக்களை அனுப்பின. 'வாயேஜர் 2' கொஞ்சம் பின்தங்கி ரூட் மாறி வருகிறது. அது சனி கிரகத்தை இந்த வருஷம் ஆகஸ்ட் மாதம்தான் அணுகப்போகிறது. சனியின் ஈர்ப்பு விசையில் பாதை திருப்பப்பட்டு, யுரேனஸ் கிரகத்தை 1986-லும் நெப்டியூனை 1989-லும் அடையப் போகிறது.

'வாயேஜர் 1' என்ன செய்தது? சென்ற மாதம் சனி கிரகத்தை அணுகி, சமர்த்தாகப் படம்பிடித்து அனுப்பியது. இந்தப் பிரயாணத்தின் விஞ்ஞான சாதனையைப் பாருங்கள். செல்லும் வழியில் ஏகப்பட்ட உஷ்ணம், அதீதக் குளிர், கதிரியக்க ஆக்ரோஷம் எல்லாவற்றையும் சமாளித்து சௌக்கியமாக இருக்கிறது. இங்கிருந்து அதற்கு ரேடியோ செய்தி போகவே மூன்று மணி நேரம் ஆகும். சொந்தமாக அது ஒரு கம்ப்யூட்டரை வைத்துக்கொண்டிருக்கிறது. அந்த கம்ப்யூட்டர், அதன் பாதைகளைத் துல்லியமாகக் கணக்கிட்டு, தானே பிரயாணிக்கும் - சந்தேகம் இருந்தால் பூமியைக் கேட்கும்.

'வாயேஜர்' சனி கிரகத்துக்கு 43 செகண்டு முன்னாலேயே போய் விட்டது. மூன்று வருஷப் பிரயாணத்தில் 43 செகண்டு தப்பா? எப்படி இந்தத் தவறு நிகழ்ந்தது என்று மண்டையைப் போட்டுக் குழப்பி கண்டுபிடித்தும் விட்டார்கள். சனி கிரகத்தின் பிரதான சந்திரன் டைட்டனின் ஈர்ப்பு விசையில் ஒரு சின்ன தப்புக் கணக்குப் போட்டு விட்டார்கள். கோடி மைல் பிரயாணத்தில் அதனால் 12 மைல் தள்ளிப் போய்விட்டது. பரவாயில்லை. அனுப்பி வைத்த போட்டோக்கள் பிரமாதம்.

'வாயேஜர்' சனி கிரகத்துக்கு அருகில் தைரியமாகச் சென்று அனுப்பி வைத்த போட்டோ, மற்றும் அந்நியச் செய்திகளில் இருந்து அறிந்த தகவல்கள்:

சனி கிரகத்தில் பயங்கரச் சுழற்காற்றுகள் மணிக்கு 900 மைல் வேகம் வரை அடிக்கின்றன.

சனி கிரகத்தின் வளையங்கள் மொத்தம் ஆறு என்று கணக்கிட்டு வைத்திருந்தார்கள். எல்லாம் தப்பு என்று தெரிகிறது. கிட்டப் போய்ப் பார்த்தால் ஆறு இல்லை. ஆயிரம் வளையங்கள் சின்னச்

சின்ன தங்க நிறத் தடயங்கள். வளையத்துக்குள் வளையங்கள், பின்னல் வளையங்கள், பாம்புபோல வளையங்கள். பதினைந்து சந்திரன்கள் (அவைகளில் ஏதாவது ஒன்றில் உயிர்வடிவம் இருக்கலாமா என்று கேள்வி). சைக்கிள் சக்கரம் போல அதிசய ஆரங்கள்!

அசுர வேகத்தில் கம்ப்யூட்டர் அனுப்பிய செய்திகளைப் பிரித்துக் கோத்து, சனி கிரகத்தைப் பற்றிய ஒரு முழுச் சித்தாந்தத்தை அமைக்க விஞ்ஞானிகளுக்கு இன்னும் பல மாதங்களாகும்.

'வாயேஜர் 1' தன் பணியை முடித்துக்கொண்டு சூரிய குடும்பத்தை விட்டு விலகிப்போய் ஆல்பா ஒபியுச்சி என்கிற நட்சத்திரத்தை விளையாட்டுத்தனமாகத் துரத்தப்போகிறது.

அதன் கேமராக்களை இந்த வருஷம் டிசம்பர் மாதம் 19ம் தேதி அணைத்துவிடப் போகிறார்கள். போய்வா நண்பனே!

டி.எஸ். இலியட், 'எல்லா தூர பயணங்களும் கிளம்பின இடத்துக்கு வந்து சேர்ந்து, அந்த இடத்தை முதலில் அறிந்து கொள்வது தான்' என்றார். எதிர்காலத்தில் என்றாவது ஒரு நாள் 'வாயேஜர் 1' திரும்பி வந்தாலும் வரும். அப்போதும் நாம் சனிக்கிழமை கிரகப் பிரதட்சணம் செய்துகொண்டிருந்தால் ஆச்சரியமில்லை!

('சாவி' 22-3-1971)

புத்தனாம்பட்டியில் கம்ப்யூட்டர்

திருச்சி பாரதிதாசன் பல்கலைக்கழகத்திலிருந்து அண்மையில் எனக்கு ஒரு கடிதம் வந்தது. ப.க-வின் இரண்டு கல்லூரிகளைப் பார்வையிட்டு, அவற்றில் வருகிற ஆண்டிலிருந்து கம்ப்யூட்டர் இயல் கற்றுத் தர பி.எஸ்ஸி., வகுப்புத் தொடங்க, என்ன செய்ய வேண்டும் என்று பரிந்துரைக்கும்படி.

கல்லூரிகள்?

புனித சூசையப்பர் கல்லூரி, திருச்சி. நேரு நினைவுக் கல்லூரி புத்தனாம்பட்டி.

'புத்தனாம்பட்டியா!' என்றேன். துணைவேந்தர் (வேந்தர் எப்படி வந்தது என்று விசாரிக்க வேண்டும்.) திரு. மணிசுந்தரம் - சுறுசுறுப்பு. எதிர் கால நோக்கு, வெண்மை உடை, வயதை மறைக் கும் தோற்றம், நிதானமான பேச்சு - 'நீங்க போய்ப் பாருங்க. என்ன செய்யணும்னு சொல்றீங்களோ செய்துரலாம்' என்றார்.

உதவிப் பதிவாளர் (ரிஜிஸ்ட்ரார்) ராஜா முத்திரு ளாண்டியுடன் உத்தமர் கோவில் மண்ணச்சநல்லூர் வழிச்சென்று ஓமந்தூர் (ரெட்டியார் ஞாபகம் இருக்கிறதா) கடந்து புத்தனாம்பட்டி வந்தேன்.

படு கிராமம். காரைக் கண்டு அபத்தமாக ஓடும் கோழிக் குஞ்சுகள். பட்டாவின் பேரில் கடன்

கொடுக்கத் தயாராக இருக்கும் தேசிய வங்கியின் இலை. (கிளை கூட இல்லை). ஆனியிலேயே வீசும் ஆடிக் காற்றில் புழுதி மேகங்கள். தூரத்தே கொல்லி மலை. கல்லூரி.

தனிப்பட்டு அகிராமமாகத் தோன்றும் பெரிய கட்டடம். சேலம், திருச்சி மாவட்டங்களிலிருந்து சுமார் ஐந்நூறு மாணவ-மாணவியர். பௌதிகத்துக்குப் போதுமான லாப் வசதி இருந்தது. போதுமான வகுப்பறைகள். முதல்வரிடம் போதுமான ஆர்வம் இருந்தது. சிங்கப்பூரில் இதற்கென்றே ஒரு ஆப்பிள் கம்ப்யூட்டர் வாங்கி வைத்திருக்கிறார்.

எல்லாம் சரிதான், புத்தனாம்பட்டியில் கம்ப்யூட்டர் இயலா? யார் இங்கு வந்து எப்படி என்னத்தைச் சொல்லித் தரப் போகிறார்கள்? மதிய உணவுடன் இந்தச் சிந்தனைகளையும் மென்று கொண்டிருக்கையில், சமீபத்தில் டெலிவிஷனில் பிரதமர் இந்திரா டெக்னாலஜிஸ்டுகள் கூட்டம் ஒன்றில், 'இன்னும் உங்கள் விஞ்ஞானம் கிராமங்களை அடையவில்லை என்பதை வருத்தத்துடன் நான் சொல்லிக் கொள்கிறேன்' என்றது நினைவுக்கு வர, தீர்மானித்து விட்டேன். ஏன் முடியாது? இரண்டு லெக்சரர்களை உடனே கம்ப்யூட்டர் இயலில் பயிற்சிக்கு அனுப்பச் சொல்லலாம். 'சிலபஸ்' என்ன என்று விலாவரியாகச் சொல்லிவிடலாம். முதல் வருஷங்களில், மாணவர்களின் அனுமதி எண்ணிக்கையைக் கட்டுப்படுத்தச் சொல்லலாம்.

வருகிற ஐந்து வருடங்களில் இந்தியாவில் கம்ப்யூட்டர் தெரிந்த இருபதாயிரம் பேர் தேவைப்படுகிறார்கள். பற்பல பொறி இயல் கல்லூரிகளில் கம்ப்யூட்டர் பற்றிப் படித்து வெளிவரும் மாணவர்களின் எண்ணிக்கை அதைவிடக் கணிசமாகக் குறைவுதான்.

புத்தனாம்பட்டி மாணவர்களுக்கு நிச்சயம் வேலை கிடைக்கும். திரும்பி வரும்போது ஒரு பர்லாங்கில் கட்டை வண்டியால் தடைப்பட்ட காரின் ஜன்னலில் ஒரு களங்கமற்ற சிறுமியின் முகம் எட்டிப் பார்த்தது.

'உம் பேர் என்ன?' என்றேன்.

பெரியாயி ஒரு நாள் கம்ப்யூட்டர் இயல் படிக்கப் போகிறாள்.

(குமுதம்)

பரூர் பரிசோதனை

இந்தியாவிலேயே முதன்முறையாக மின்னணு இயந்திரத்தின் மூலம் ஓட்டுப்பதிவு நடை பெற்றது. கேரளாவிலுள்ள பரூர் சட்டமன்றத் தொகுதியில், அதைப் பார்வையிடச் சென்ற பாரத் எலக்ட்ரானிக்ஸ் அதிகாரிகளில் ஒருவர் யந்திரம் உருவாவதில் முக்கிய பங்கு வகித்த சுஜாதா.

கொச்சியிலிருந்து ஆல்வாய்க்குப் போய், பெரி யாற்றுப் பாலத்தைக் கடந்து, இடது பக்கம் திரும்பி, சுற்றிலும் பசுமையைக் கண்டு கவிதை எழுதும் ஆர்வத்தைப் பதினாலு கிலோ மீட்டர் ஒத்திப் போட்டால் பரூர். எலெக்ட்ரானிக் ஓட்டுப் பதிவு இயந்திரங்களை இந்தியாவிலேயே முதன் முதலாகப் பரிசோதனை செய்து பார்க்க தேர்தல் கமிஷன் தேர்ந்தெடுத்திருந்த ஸ்தலம். நாங்கள் டெம்போவில் குதித்துக் குதித்துச் சென்று கொண்டி ருந்தபோதே அங்கு அரசியல் சூடு பிடித்திருந்தது. ஐக்கிய ஜனநாயக (காங்கிரஸ்) முன்னணி, இடது சாரி (மறுபடி) ஜனநாயக முன்னணி என்ற இரண்டு கூட்டணிகளுக்குத்தான் போட்டி. மற்றவை போர் டுக்குக் கூட வராது என்பது பரூர் வாசலிலேயே எங்களுக்குத் தெரிந்து போனது. வெள்ளையடிக்கப் பட்ட சுவர்களில் UDF. LDF என்று முன்பே ரிசர்வ் செய்யப்பட்ட இடங்களில் மலையாள எழுத்துகள்

கலர் கலராகக் கதறின. கார்களின் மண்டைமேல் திறந்தவாய் மூடாத ஸ்பீக்கர்கள் ராட்சச இரைச்சலாகப் பாட்டுப் பாடிக் கொண்டும் கொள்கை பேசிக்கொண்டும் ஓட்டுக் கேட்டுக் கொண்டிருந்தன. சுவர் கார்ட்டூன்களில் கருணாகரன் தன் அந்த ரங்கத்தை இரட்டை இலையால் மறைத்துக் கொண்டு நின்றார். நாயனார் ஆட்சியில் போலீஸ்காரர்கள் பவ்யமாக நின்றுகொண்டி ருக்க, திருடர்கள் அவர்களை அதட்டிக் கொண்டிருந்தார்கள்.

ரெஸ்ட் ஹவுஸில் எங்கள் இயந்திரப் பெட்டிகள் முன்பே வந் திருந்தன. அவற்றின் பாக்கிங்கைத் திறக்க மூன்று தொழிலாளி களை ஏற்பாடு செய்தோம். அவர்கள் பட்டையை வெட்டி, ஆணிகளை நெம்பி, மேல் மூடிகளைத் திறந்து கொடுத்தார்கள். நான் பாரிவள்ளல் போல் இருபத்தைந்து ரூபாய் கொடுத்தேன்.

'எந்தா' என்றார் தொழிலாளி.

நானும் 'எந்தா?'

கூலி நூற்றைம்பது ரூபாயாம். அதைக் கொடுக்காமல் பெட்டி மேல் கை வைத்தால், அப்புறம் நிகழ்வதைப் பார் என்றார். பார்க்க விரும்பவில்லை. பேரம் பேச மலையாளம் போத வில்லை. நூறு ரூபாய் கொடுத்துவிட்டு அவர் பேசின ஸ்பீடி லேயே தமிழில் பேசினேன்.

திட்டிவிட்டு, வாங்கிக் கொண்டு போய் விலகினார்கள். எல்லோருக்கும் யூனியன் உண்டாம். பட்டை வெட்டியவருக்கு, ஆணி நெம்பியவருக்கு, மூடி திறந்தவருக்கு! 'அட்டிமரி' என்றால் என்ன என்று கேரளத்து நண்பரைக் கேட்டுப் பாருங்கள்.

இயந்திரங்களை வெளியே எடுத்த மாத்திரம் கம்யூனிஸ்ட் அபேட்சகரின் ஏஜெண்ட் மாத்யூ வந்தார். 'நீர்தான் பாரத் எலெக்ட்ரானிக்ஸ் இன்ஜினீயரா?'

'ஆம்' என்றேன்.

'எதற்காகப் பரூரைத் தேர்ந்தெடுத்தீர்கள்? எதற்காக 50 ஸ்தலங் களில் மட்டுமே பரிசோதனை? எதற்காக அன்றைக்கு ராத்திரியே முடிவு சொல்லவேண்டும்?' என்று நல்ல இங்கிலீஷில் நிறையக் கேட்டார்.

'ஐயா, இந்தக் கேள்விகளை எல்லாம் எலெக்ஷன் கமிஷனிடம் கேளுங்கள். நான் ஒரு டெக்னிகல் ஆசாமி. மெஷின் எப்படி வேலை செய்கிறது என்று வேண்டுமானால் விளக்குகிறேன்.'

'இன்னும் ஏழு நாள்தான் இருக்கிறது எப்படி மக்களுக்கு இதன் உபயோகத்தைக் கற்றுத்தரப் போகிறீர்?'

'அதற்கான எல்லா ஏற்பாடுகளும் செய்திருக்கிறோம். முதலில் இந்தத் துண்டு பிரசுரத்தை நகரெங்கும் கொடுக்கப் போகிறோம். மலையாளம், ஆங்கிலத்தில் இயந்திரத்தில் ஓட்டுப் பதிப்பது எப்படி என்பதைத் துல்லியமாக விளக்கும் பிரசுரம்.'

'வெரி குட்' என்று அதை ஒரு காப்பி வாங்கிக்கொண்டு, உடனே மிகச் சமீபத்தில் இருந்த டைப்ரைட்டருக்கு போய், அந்தப் பிரசு ரத்தை எதிர்த்து ஒரு பெட்டிஷன் அடித்து, டிபுடி கலெக்டருக்கு அனுப்பிவிட்டார்.

துண்டுப் பிரசுரத்தில் ஒரு வளைக்கரம் உதாரணத்துக்காக நாலாவது பட்டனை அமுக்குகிறது! விதி! அந்த நாலாவது பட்டன் காங்கிரஸ் அபேட்சகருடையது! வளைக்கரம் இந்திரா காந்தியாம். உதாரணத் தில் கொடுக்கப்பட்டிருக்கும் பட்டாம்பூச்சி சின்னம், எதிர் அணியின் இரட்டை இலை சின்னத்தைப் போல் உள்ளதாம். பாரபட்சம் அநியாயம்!

மெஷின்களை உபயோகப்படுத்துவதை உடனே நிறுத்த ஹை கோர்ட்டில் ரிட் மனு ஒன்று போட்டு விட்டார். நல்ல வரவேற்பு!

சாயங்காலம் எலெக்ஷன் கமிஷன் செக்ரட்டரி கணேசன் வந்து சேர்ந்தார். அவரிடம் எல்லாம் சொன்னேன். கணேசன் ஒரு கிரைஸிஸ் மனிதர். முதலில் அந்தப் பிரசுரங்கள் அத்தனையை யும் (ஐம்பதாயிரம் காப்பி) விநியோகிக்காமல் வாபஸ் வாங்கும் படி ஏற்பாடு செய்தார். பதிலாக ஆர்ட் ஒர்க்கை மாற்றி, படத்தில் கை வளையல்களை நீக்கி, கையைக் கருத்து வேறுபாடு இல்லாத தனியான பதிலுக்கு மாற்றி வரையச் சொல்லி, புதுசாக ஐம்ப தாயிரம் காப்பி அடிக்க ஏற்பாடு செய்தோம். இரவோடு இரவாக வக்கீலுடன் பேசி நாளை கோர்ட்டில் கேஸ் வந்தால் ரிட்டை வாசலிலேயே தடுக்கும்படி வாதாட லா பாயிண்ட்டுகள் சொல்லி ஏற்பாடு செய்தார். ஹைகோர்ட்டில் ரிட்டை அனுமதித்து விட்டால் உடனே சுப்ரீம் கோர்ட்டில் அதை வெக்கேட் செய்ய டெல்லிக்கு போன் பண்ண டெலிபோனில் விரலை வைத்துக்

கொண்டு ஒரு ஆள் காத்திருந்தார். மறுநாள் பதினோரு மணிக்கு ரிட்மனு ஹைகோர்ட்டுக்கு வந்தது. கம்யூனிஸ்ட் கட்சி வேட்பாளர் சார்பாக எர்ணாகுளத்தின் மிகப் பிரபல வக்கீலும் முன்னால் எம்.பி-யுமான ஈஸ்வர அய்யர் ஆகிருதியாக சார்லஸ் லாட்டன் போல் ஆஜராகியிருந்தார்.

'எலெக்ட்ரானிக்ஸ் நம் நாட்டில் அவ்வளவு முன்னேற்றம் அடையவில்லை. எதற்காக இந்தப் பரிசோதனை? நாங்கள் தேர்தலை நிறுத்த விரும்பவில்லை. மெஷினைத்தான் நிறுத்த விரும்புகிறோம். இந்த மெஷின்கள் சந்தேகத்துக்குரியன என்று கேள்விப்படுகிறோம்; குறைகள் உள்ளவை...'

நீதிபதி: என்ன குறைகள்?

ஈஸ்வர ஐயர்: அந்த மெஷினை ஒரு நாள் எங்களிடம் விட்டு வைத்தால் அதில் முப்பது குறைகள் காட்டுகிறோம்.

நீதிபதி: சரி, அப்படியே எடுத்துச் சென்று நாளைக்குச் சொல்லுங்கள்!

ஈஸ் (சற்றுத் திகைத்து): அப்படியல்ல. வழக்கு அந்த மெஷினின் குறைகளைப் பற்றியது அல்ல. சட்டப்பூர்வமாகக் கமிஷனுக்கு இந்த மெஷின்களைத் திணிக்கும் உரிமை இருக்கிறதா என்பதே.

எங்கள் வக்கீல் உரிமை இருக்கிறது என்று செக்‌ஷன் 329 இல் வாதாடினார். நீதிபதி மெஷின் கோர்ட்டில் இருக்கிறதா என்று கேட்டார். கொண்டு போயிருந்தோம். அதைக் காட்டச் சொன்னார். முதன்முறையாக ஒரு நீதிபதியின் சேம்பருக்குள் பின்பக்கமாக நுழைந்து அவர் மேசை மேல் மெஷினை வைத்து, அதை இயக்கிக் காட்டினேன்.

'சுலபமாகத்தானே இருக்கிறது! எதற்கும் பதினேழாம் தேதி தீர்ப்பளிக்கிறேன்!'

கணேசன், பதினேழாம் தேதி என்ன தீர்ப்பானாலும் மக்களிடம் மெஷினைக் காட்டுவதைத் தொடங்கி விடலாம் என்றார். பிற்பகலிலிருந்து இயந்திரத்தை எடுத்துக்கொண்டு பரூர் நாற்சந்திகளில், பல்பொடி வியாபாரிகள் போல கார் பானெட்டின் மேல் வைத்து மலையாள நண்பரின் உதவியுடன் பிரசாரம் செய்யத் தொடங்கினோம்.

மக்கள் வேடிக்கை பார்க்க வந்தார்கள். கறுத்த புட்டனை அழுத்திப் பார்த்தார்கள். ஆறாம் நம்பருக்கு அமுக்கினால் ஆறாம் நம்பருக்குத் தான் போகிறது என்று என்ன நிச்சயம் என்று கேள்வி கேட்டார்கள். சந்தேகங்களை நீக்க அங்கங்கே சின்னச் சின்ன எலெக்ஷன்கள் நடத்தி, உடனே ரிசல்ட் காட்டித் தீர்த்து வைத்தோம். 'ஏய்! இத்தரை தன்னே? மனசிலாயி, மனசிலாயி!' மெஷின்களை எடுத்துக் கொண்டு பள்ளிகள், தேவாலய வாசல்கள், மீனவர் பேட்டைகள் என்று அலைந்தோம். மக்கள் எங்களுக்கு நாற்காலி போட்டார்கள். சாயா கொடுத்தார்கள். போட்டில் அழைத்துச் சென்றார்கள். 'ஆஹா! என்னே இயற்கைக் காட்சி!' என்று எண்ணிப் பார்ப்பதற் குள் வயிற்றுக்குள் வெற்றிபெற வேண்டுமே என்று ஒரு கலக்கம்.

பதினேழாம் தேதி தீர்ப்பு வந்தது. ஜஸ்டிஸ் சுகுமாரன் எங்கள் பக்கம் தீர்ப்பளித்திருந்தார். 'நவீன விஞ்ஞான சாதனங்கள் உபயோகிக்கப்படுவதை வரவேற்கத்தான் வேண்டும். இதை அறிமுகப்படுத்துவதற்கு கமிஷனுக்கு உரிமை இருக்கிறது' என்று மேற்கோள்கள் காட்டி அபாரமான தீர்ப்பளித்திருந்தார். (இருபத்தைந்து பக்கம்) கோர்ட்டில் சமாளித்துவிட்டோம். இனி, கடைசிப் பரீட்சை; மக்களிடம்.

பத்தொன்பதாம் தேதி எங்கள் மெஷின் 42 ஈஸிஐஎல் கம்பெனி 8, மொத்தம் ஐம்பது மெஷின்கள். ஒன்பது மணி நேரப் பரீட்சைக்குத் தயார். நான் ஒரு மத்திய ஸ்தலத்தில் ஒரு ஜீப், இரண்டு ஸ்டாண்ட்பை யூனிட்டுகளுடன் உட்கார்ந்துகொண்டு விட்டேன். ஏதாவது எங்கேயாவது பழுதென்றால் உடனே தகவல் சொல்லும் படி நாலாபுறமும் இன்ஜினீயர்களை அனுப்பியிருந்தேன். நாட்டின் அத்தனை நிருபர்களும் பரூரில் கூடியிருந்தார்கள்.

பகல் பன்னிரண்டு மணிக்குள் அறுபது சதம் ஓட்டுப் போட்டு விட்டார்கள். வெளியே வந்தவர்கள், 'ரொம்பச் சுலபம். ஏன் இதை முன்பே கொண்டு வரவில்லை?' என்று கேட்டார்கள். எனக்கு வெற்றி பெறப் போகிறது என்று உள்ளுணர்வு சொல்லி யது. 'சே, சும்மாயிரு! ராத்திரி வரும் வரை ஏதும் பேசாதே!' என்று அதட்டிக் கொண்டேன்.

மாலை நாலரை; எங்கள் இயந்திரங்கள் ஏதும் பழுதடையாமல் வேலை செய்துவிட்டன. இனி பெட்டிகளை மத்திய ஸ்தலத் துக்குக் கொண்டு வந்து முடிவுகள் அறிவிக்க வேண்டிய ஒன்றுதான் பாக்கி.

பத்திரிகை நிருபர்கள் ஆர்வத்துடன் சூழ்ந்திருக்க, சீலைத் துளைத்து அதிகாரி 'ரிசல்ட்' அழுத்த அருகே வலது இடது முன்னணிகள் வேட்பாளர்கள் காத்திருக்க, மெஷின் முதல் தீர்ப்பை அறிவித்தது.

சீரியல் நம்பர் ஒன்று பூஜ்யம்!

சீரியல் நம்பர் இரண்டு பூஜ்யம்!

சீரியல் நம்பர் மூன்று பூஜ்யம்!

என்ன ஆயிற்று என்று பதறினேன்.

சீரியல் நம்பர் நாலு 0397 என்று வயிற்றில் பால் தேன் என்று பற்பல இனிப்பான சமாசாரங்களாக வார்த்தது. முதல் மூன்று சுயேச்சை அபேட்சகர்களுக்கும் ஒருவருமே ஓட்டுப் போட வில்லை. போட்டி நாலாம் நம்பருக்கும் ஆறாம் நம்பருக்கும் தான்.

ஐம்பது இயந்திரங்களிலும் ஓட்டுப் பதிவு செய்திருந்த சுமார் நாற்பதாயிரம் வாக்குகளின் முடிவை மெஷினிலிருந்து படித்துக் கூட்டிச்சொல்ல ஆன நேரம் அரை மணி!

மெஷினுக்கு எதிராக வழக்குப் போட்ட கம்யூனிஸ்ட் அபேட்சகர் குறைந்த ஓட்டு வித்தியாசத்தில் வெற்றி பெற்றிருந்தார்.

வென்றது அவரல்ல, எலெக்ட்ரானிக்ஸ்!

(குமுதம்)

கம்ப்யூட்டர்களைப் பற்றி...

கம்ப்யூட்டர் என்று கேட்டதும் உங்களில் ஒவ்வொருவருக்கும் ஒவ்வொரு பிம்பம் மனத்தில் எழும். சிலருக்கு இயந்திரத்தால் ஆன மனிதன். சிலருக்கு ஏகப்பட்ட விளக்குகள் பளிச்சிடும் ஏதோ மின்சார சமாசாரம். சிலருக்கு டைப் இயந்திரம் போல ஏதாவது ஒன்று.. இப்படி. கம்ப்யூட்டர் என்ன செய்யக்கூடியது என்று உங்களைக் கேட்டால் அதற்கும் பற்பல விதமாகப் பதில்கள் கிடைக்கும். சிலர் அது எல்லாம் செய்யக்கூடியது என்பார்கள். சிலர் அது கணக்குப் போடும் என்று சொல்லலாம். உங்கள் பதில்கள் அத்தனையும் கம்ப்யூட்டரை நீங்கள் உங்கள் தின வாழ்க்கையில் எப்போதாவது சந்தித்த அல்லது அதைப் பற்றிக் கேட்டதற்கு ஏற்ற வாறு அமைந்திருக்கலாம்.

உங்களில் பலருக்கு கம்ப்யூட்டரைப் பற்றி ஒரு உத்தேசமான பிம்பம்தான் மனத்தில் இருக்கலாம். இதற்குக் காரணம், கம்ப்யூட்டர் என்பது பெரிய பெரிய பண்டிதர்கள், ஏர்கண்டிஷன் அறைக்குள் இருந்துகொண்டு, நிறையப் படித்து, விவாதித்து, கண்டுபிடித்து உபயோகிக்கும் சாதனம் என்கிற எண்ணம் உங்களில் பலருக்கு இருப்பதால், அந்த எண்ணத்தின் விளைவால் பொதுவாகவே 'கம்ப்யூட்டரைப் பற்றி நமக்கு அதெல்லாம் புரியாது' என்கிற தயக்கம் இருப்பது இயல்பே.

கம்ப்யூட்டர் அத்தனை சிக்கலான விஷயமில்லை. கொஞ்சம் ஆர்வம் இருந்தால் நீங்கள் கம்ப்யூட்டரைப் பற்றித் தெரிந்து கொள்ளலாம் என்று இந்தக் கட்டுரையில் நிரூபிக்கப் போகிறேன். இதற்காக உங்களுக்கு அதிமேதாவித்தனம் எதுவும் வேண்டியதில்லை.

முதலில் கம்ப்யூட்டர் என்பது என்ன என்பதைத் தெளிவாக்கி விடலாம்.

ஆதாரமாக அது ஓர் இயந்திரம். இயந்திரம் என்றால் பல் சக்கரங்கள் உள்ள தொழிற்சாலை இயந்திரத்தை நீங்கள் கற்பனை பண்ணக்கூடாது. இயந்திரம் என்பதை சிந்தனை இல்லாது செயல்படும் எந்தச் சாதனத்துக்கும் பொதுப் பெயராக உப யோகிக்கலாம். இந்த வகையில் மோட்டார் கார் ஓர் இயந்திரம். எடை பார்க்கும் கருவி ஓர் இயந்திரம். தையல் மெஷின் ஓர் இயந்திரம். அது போல கம்ப்யூட்டரும் ஓர் இயந்திரம்.

இந்த இயந்திரங்களுக்கு எல்லாம் ஒருவிதச் செயல்பாடு, இதைத்தான் செய்யவேண்டும் என்கிற நிர்ணயம் இருக்கிறது. எடை பார்க்கும் மெஷின் துணி தைக்காது. தையல் இயந்திரம் எடை பார்த்துச் சொல்லாது. அதே போல் உற்பத்திக்கு முன் பணித்த காரியங்களைத் திருப்பித் திருப்பிச் செய்யும் சாதனங்கள் அனைத்தையும் இயந்திரம் என்று கொண்டால் கம்ப்யூட்டரும் ஒரு மெஷின்தான். இயந்திரங்களுக்குச் சிந்தனை கிடையாது. அவை மனிதன் பணித்த செயல்களை மட்டும்தான் திரும்பத் திரும்பச் செயல்படுத்த வல்லவை.

ஆனால், மற்ற இயந்திரங்களுக்கும் கம்ப்யூட்டருக்கும் ஒரு முக்கியமான வித்தியாசம் உண்டு. மற்ற இயந்திரங்கள் ஒன்று, இரண்டு அல்லது சிக்கலான இயந்திரங்கள், பத்து செயல்களைச் செய்ய வல்லவையாக இருக்கும்போது கம்ப்யூட்டர்கள் செய்யக் கூடிய செயல்கள் அல்லது செயல்படுத்தக்கூடிய ஆணைகள் நூற்றுக்கணக்கானவை. ஒரு மோட்டார் காருக்குப் பேசும் சக்தி இருந்து, அதை ‘நீ என்னவெல்லாம் செய்வாய்!’ என்று கேட்டால் அது ‘நான் பெட்ரோல் போட்டு ஸ்டார்ட்டரை இயக்கினால் என் இன்ஜினை உயிர் பெறச் செய்வேன். கியரைப் போட்டு ஆக்ஸி லேட்டரை அழுத்தினால் நகருவேன். ஸ்டியரிங் சக்கரத்தைத் திருப்பினால், இடம் வலமாகத் திரும்புவேன். பிரேக் போட்டால் நிற்பேன்’ என்றெல்லாம் சொல்லும். இந்தக் கேள்வியை

கம்ப்யூட்டரிடம் கேட்டால் அது சற்றுப் பெருமையுடன் 'அதுவா? நான் நிறையச் செய்வேன். எதைச் சொல்வது, எதை விடுவது?'

'சில உதாரணங்கள் சொல்லேன்?'

'கூட்டுவேன் - ஒரு எண்ணையும் மற்றொரு எண்ணையும் கூட்டுவேன்!'

'சரி, அதை என்னால் செய்ய முடியும்!'

'நீ கூட்டுவதற்கு ரொம்ப நேரமாகும். நான் ஒரு செகண்டில் லட்சம் தடவை கூட்டுவேன். அதே போல் பெருக்குவேன், கழிப்பேன், வகுப்பேன்!'

'சரி, வேறு என்ன?'

'என் பாஷையில் ஏதாவது நீ எனக்குச் செய்தி சொன்னால் புரிந்து கொள்வேன்.'

'உன் பாஷையில் சரி, அப்புறம்?'

'என் பாஷையில் ஏதேனும் விவரம் வேண்டுமெனில் வெளியே தருவேன்!'

'சரி, அதன் பின்?'

'ஒரு எண் மற்றொரு எண்ணைவிடப் பெரிதா என்று கண்டு பிடிப்பேன். எல்லாம் வெகு விரைவில்!'

'சரி, அப்புறம்?'

'அப்புறம் என்ன, இதே மாதிரிதான் நூற்றுக்கணக்கான செயல்கள் எனக்குத் தெரியும்!'

'இவ்வளவுதானா? என்னவோ சொன்னார்கள், நீ சந்திர மண்டலத்துக்கே ராக்கெட் விடுகிறாய், பேசுகிறாய், பாடுகிறாய், சதுரங்கம் ஆடுகிறாய். சம்பளப் பட்டுவாடா செய்கிறாய், செய்தித்தாள்கள் அச்சிட உபயோகப்படுகிறாய், மருத்துவத்தில் சேவை செய்கிறாய். என்றெல்லாம் நீ உதவாத துறை இல்லை என்றார்களே?'

'எல்லாத் துறையிலும் என்னை உபயோகிக்கிறார்கள். ஆனால், நான் செய்யக்கூடியது என்னவோ மூன்று வகை செயல்கள்தான்! இன்புட் - அவுட் புட்; அரித்மெட்டிக்; லாஜிக்! இத்தனைதான்'

'பார்த்தாயா! என்ன என்னவோ சொல்லிக் குழப்புகிறாய். அப்படி எனில் உன்னை இந்தத் துறைகளில் பயன்படுத்துவது எல்லாம் யார்?'

'உங்களைப் போன்ற மனிதர்கள்தான். புரோகிராமர்கள். எனக்கு சரம் சரமாக ஆணைத் தொடர்களாகக் கொடுத்து என்னை வெவ்வேறு விதங்களில் உபயோகிக்கிறார்கள். அந்த ஆசாமியைப் போய்க் கேள் - எப்படி எல்லாம் என்னைப் போட்டு ஆட்டி வைக்கிறார் என்று சொல்வார்.'

இந்தப் புரோகிராம் எழுதும் ஆசாமியைச் சந்திப்பதற்கு முன் நாம் தெரிந்து கொண்டது? கம்ப்யூட்டர் என்பது ஒரு பிரத்தியேக கணக்கியந்திரம்தான். அதனால் சிற்சில ஆணைகளை வெகு வேகமாகத் திரும்பத் திரும்பச் செய்ய முடியும். அதைச் சரியாக உபயோகிப்பது எல்லாம் புரோகிராமர்கள் என்கிற பிரத்தியேக பிரஜைகளின் கையில் இருக்கிறது. அவர்கள் இல்லையெனில் கம்ப்யூட்டர் என்பது அவ்வளவு ஒன்றும் உபயோகமான சமாசாரம் இல்லை என்பது தெரிகிறது.

சரி, அந்த மூன்று புதிய வார்த்தைகளைப் பார்க்கலாம். அது என்ன இன்புட், அவுட் புட்? அரித்தமெட்டிக், லாஜிக்?

இன்புட், அவுட் புட் என்றால் உத்தேசமாக உள் - வெளி என்று சொல்லலாம். கம்ப்யூட்டருக்கு உள்ளே ஏதோ செல்ல வேண்டும், வெளியே ஏதோ வரவேண்டும். எல்லா இயந்திரங்களுக்கும் இது பொது. கம்ப்யூட்டருக்கு உள்ளே செலுத்த வேண்டியது செய்தி. அதனால் அலசப்பட வேண்டியது செய்தி. அதிலிருந்து வெளிப்பட வேண்டியதும் செய்திதான். ஓர் உதாரணத்துக்கு உங்கள் தொழிற்சாலையில் ஒரு கம்ப்யூட்டர் இருக்கிறது என்று கொண்டால், அதற்கு உங்கள் இந்த மாதச் சம்பளத்தை பிடிப்பு, வெட்டு, போனஸ், பஞ்சப்படி என்று வகைப்படுத்தி, ஒரு காகிதத்தில் அச்சடித்துத் தருமாறு பணிக்க வேண்டும் என்றால் முதன் முதலில், அந்தக் கம்ப்யூட்டர் இந்தக் காரியத்தைச் செய்யக் கூடிய கம்ப்யூட்டராக இருக்கவேண்டும். ஏதாவது ஒரு கம்ப்யூட்டரிடம் போய் 'ஏய் கம்ப்யூட்டரே! என்

பேர் ரங்கராஜன், என் சம்பளம் என்ன என்று அச்சடித்துக் கொடு' என்று கேட்க முடியாது. முதலில் அந்த சாத்தியம் அதனிடத்தில் இருக்க வேண்டும். இதைக் கொஞ்சம் விவரிப்போம்:

ஒரு புது இடத்துக்குப் போகிறீர்கள். அங்கே ஒரு வீட்டைக் கண்டுபிடித்து அதற்குச் செல்லவேண்டும். அந்தப் பேட்டையில் யாரைக் கேட்டால் உங்களுக்குச் சரியான வழி கிடைக்கும்? தபால்காரரை! ஏனெனில், தபால்காரருக்கு அந்த இடத்து அமைப்பு வழிகள் முழுவதும் தெரிந்திருக்க வாய்ப்பு இருக் கிறது. அதுபோல் உங்கள் சம்பளத்தைக் கணக்கெடுக்கும் முறைகள் முன்பே தெரிந்திருக்கும் கம்ப்யூட்டராக இருந்தால், உங்களுக்குத் தக்க விடை கிடைக்கும். அதற்கான ஆணைத் தொடர் புரொகிராம், அந்தக் கம்ப்யூட்டரில் இருக்கவேண்டும்.

இது போதுமா? தபால்காரர் தெலுங்கு மட்டும் தெரிந்த தபால் காரராக இருந்தால்? எனவே உங்களுக்குத் தபால்காரரின் பாஷை தெரிந்திருக்கவேண்டும் - அல்லது தபால்காரருக்கு உங்கள் பாஷை தெரிந்திருக்கவேண்டும்.

கம்ப்யூட்டரைப் பொறுத்தவரையில் அதன் பாஷை நமக்குத் தெரிந்திருக்கவேண்டியது முக்கியம். நம் பாஷை கம்ப்யூட்ட ருக்கு முழுவதும் தெரிந்து கொள்ள ரொம்ப நாளாகும். இது பற்றிப் பிற்பாடு பேசுகிறேன்.

கம்ப்யூட்டரின் பாஷை என்ன? இதிலும் பல வகைகள் உள்ளன.

உங்களுக்கும் உங்கள் சிநேகிதிக்கும் ஓர் ஒப்பந்தம் என்று வைத்துக் கொள்ளுங்கள். நீங்கள் அவளைத் தினம் சந்திக்க விரும் புகிறீர்கள். ஆனால், வீட்டுக்குப் போவதற்கு முன் அவள் அப்பா அம்மா யாராவது இருந்தால் சுதந்தரமாகப் பேச முடியாது; எனவே ஓர் ஒப்பந்தம். மாடி ஜன்னல் கதவு திறந்திருந்தால் யாரும் இல்லை. மூடியிருந்தால் அவர்கள் இருக்கிறார்கள்.

இது கூட ஒரு விதமான பாஷைதான். நிஜ வாழ்வில், இரண்டே இரண்டு நிலைகள் உள்ள 'ஆம்- இல்லை' சந்தர்ப்பங்கள் அனேகம். உதாரணம்:

ராக்ஃபோர்ட் எக்ஸ்பிரஸ் வந்துவிட்டதா? ஆம்/இல்லை. நான் சொல்வது உங்களுக்குப் புரிகிறதா? ஆம்/இல்லை.

இப்படி 'ஆம் - இல்லை' மூலமாகச் செய்தி தரும் பாஷைக்கு 'பைனரி' என்று பெயர். பைனரி என்றால் இரு நிலை. கம்ப்யூட்டருக்கு இந்த 'பைனரி' பாஷை ரொம்பப் பிடிக்கும்! இந்த பாஷையில் நீங்கள் அதனுடன் தொடர்பு கொள்வது ரொம்பச் சுலபம். இதில் ஒரு சிக்கல் நமக்குத்தான். இந்த பாஷையில் நாம் கற்றுக்கொள்வது ரொம்பக் கஷ்டம்! ஆனால், இல்லை என்று வரிசைப்படுத்தி விடலாம்!

'மாடியில் நின்றுகொண்டிருப்பவருக்கு வயது நாற்பது' என்கிற செய்தியை நிறைய ஆம்/இல்லை கேள்வி பதில்களாக ஆக்கலாம்.

அவர் நின்றுகொண்டிருக்கிறாரா? ஆம்!

அவர் தரையில் நின்றுகொண்டிருக்கிறாரா? இல்லை.

அவர் மாடியில் நின்றுகொண்டிருக்கிறாரா? ஆம்.

அவருக்கு வயது முப்பதா? இல்லை.

முப்பத்தைந்தா? இல்லை.

நாற்பதா? ஆம்!

இப்படி ஆம்/இல்லைகளாகவே நாம் எந்தச் செய்தியையும் உருவாக்க முடியும். கேள்விகளின் எண்ணிக்கைக்குக் கட்டுப்பாடில்லாத வரை, எந்தச் செய்தியையும் நாம் ஆம்/இல்லை ரூபமாக ஆக்க முடியும். ஒரு பேச்சுக்கு ஆம் என்பதற்கு 1 என்ற எண்ணையும், இல்லை என்பதற்கு 0 என்கிற எண்ணையும் எடுத்துக் கொண்டால் 'மாடியில் நின்றுகொண்டிருப்பவருக்கு வயது நாற்பது' என்கிற செய்தியை ஆறு கேள்விகளுக்கு ஆம் - இல்லை விடைகளாக ஆம் - இல்லை. ஆம்/இல்லை. இல்லை ஆம், அல்லது 101001 என்று குறிப்பிடலாம். இதில் முக்கியமானது என்னவென்றால் முழு அர்த்தமும் தெளிவாக ஒவ்வொரு ஆம் - இல்லையும் எந்தக் கேள்விக்குப் பதில் என்பது முன்பே தெரிந்திருக்கவேண்டும். எனவே, ஏற்கெனவே தீர்மானித்து வைத்துக் கொண்டு சங்கேதங்களின்படி கம்ப்யூட்டருடன் 'ஆம் - இல்லை' களின் மூலமே உரையாட முடியும்.

இந்த பைனரி மொழிதான் கம்ப்யூட்டர் முழுவதும் உபயோகமாவது. இதற்குக் காரணம் அறிந்துகொள்ளக் கொஞ்சம் கம்ப்யூட்டருக்குள் எட்டிப் பார்க்கவேண்டும். ஒரு மோட்டார் காரைத் திறந்து

பார்த்தால், அதற்குள் பற்பல பாகங்களைக் காணலாம். பாட்டரி, ஃபான் பெல்ட், இன்ஜின், ரேடியேட்டர்.. அதுபோல் ஒரு கம்ப்யூட்டரைத் திறந்து பார்த்தால், அதற்குள் இருக்கும் இந்தச் சின்னச் சின்ன சதுரத் துண்டுகளை ஐஸி - இண்டக்ரேட்டட் சர்க்கியூட்ஸ் - என்று சொல்வார்கள். இந்தச் சிறிய நீண்ட சதுரங்கள் சிலிக்கனினால் ஆனவை. இந்தச் சதுரங்களுக்குள் என்ன வைத்திருப்பார்கள்? அதற்கு இவற்றைப் பிரித்து மைக்ராஸ்கோப் மூலம்தான் பார்க்க வேண்டும். அப்படிப் பார்க்க முடிந்தால் கசகசவென்று ஒரே சீரான இணைப்புகள் தெரியும். இவை எல்லாம் என்ன என்று இப்போது விவரமாக வருணிப்பது இந்தக் கட்டுரையின் நோக்குக்கு அப்பாற்பட்டது.

ஆனால், ஒன்று மட்டும் கூற விரும்புகிறேன். இந்த நுட்பமான சதுரங்களில் இருக்கும் இணைப்புகளை ஆதாரமாக அலசிப் பார்த்தால், அவை ரொம்ப எளிய ஸ்விட்சுகள்! ஸ்விட்சு என்பது உங்கள் வீட்டில் இருக்கும் மின்விளக்கு ஸ்விட்சைப் போலத் தான். இவை மிக நுட்பமான ஸ்விட்சுகள்! மிகக் குறைந்த அளவு மின்சாரத்தை இணைப்பதற்கும் அணைப்பதற்கும் ஏற்பட்ட ஸ்விட்சுகள். ஊசி முனையளவுக்கும் மிக நுட்பமான ஸ்விட் சுகள்.

எதற்காக ஸ்விட்சு? ஸ்விட்சு என்பது இரு நிலை சாதனம். இப்போது மாடியில் நிற்கும் பெரியவருக்குப் போகலாம். அவருக்கு நாற்பது வயது என்கிற செய்தியை 101001 என்று 'ஆம், இல்லை' சந்தேகங்களாக மாற்றலாம் என்று சொன்னேன் அல்லவா? அதற்குப் பதிலாக ஆறு விளக்குகளுக்கு உரிய ஆறு ஸ்விட்சுகளாக அவை மூலம் இந்தச் செய்தியைச் சொல்ல வேண்டும் என்றால் எப்படி அமைப்போம்? இப்படி அல்லவா!

O	O	O	O	O	O
ON	OFF	ON	OFF	OFF	ON

முதல், மூன்றாம், ஆறாம் ஸ்விட்சு இணைத்திருக்க மற்றவை அணைந்திருக்கின்றன.

கம்ப்யூட்டருக்குள், முன்பே நமக்குள் (அந்தக் காதலர்கள் போல) ஒரு ஒப்பந்தம் இருந்தால் அந்த மாதிரி ஸ்விட்சுகளை அமைத்து, மாடியில் நிற்பவருக்கு நாற்பது வயது என்கிற செய்தி சொல்லலாம்!

கம்ப்யூட்டருக்குள் ஆறு ஸ்விட்சு என்ன, லட்சக்கணக்கான ஸ்விட்சுகள் சின்னச் சின்னதாக உள்ளன. எனவே அதற்கு ஏராளமாக ஆம் - இல்லை வகைச் செய்திகள் சொல்லமுடியும். கம்ப்யூட்டரின் ஆதாரமான பாஷை, முன்பே சொன்னபடி சங்கேத விதிகள் தீர்மானிக்கப்பட்ட இரு நிலை பாஷை - பைனரி பாஷை.

இந்த பாஷைக்கும் ஆங்கிலத்துக்கும் எத்தனை தூரம் பாருங்கள். நமக்குத் தெரிந்த பாஷையோ ஆங்கிலம் அல்லது தமிழ். கம்ப்யூட்டருக்குத் தெரிந்ததோ 101001. எனவே நாம் சொல்வதைக் கம்ப்யூட்டர் புரிந்துகொள்ள வேண்டுமெனில் அல்லது அது சொல்வதை நாம் புரிந்துகொள்ள, இரண்டுக்கும் நடுவாந்தரமாக சில பாஷைகள் வேண்டும். சில மொழிபெயர்ப்பாளர்கள் வேண்டும். அவைகளைப் பார்க்குமுன் இந்த முன்பே தீர்மானிக்கப்பட்ட சங்கேதங்களைப் பற்றிச் சொல்லலாம். மறுபடி அந்த நாற்பது வயது பெரியவருக்கு வரலாம்.

முதல் கேள்விக்கு பதில் ஆம். ஆனால் கேள்வி என்ன? அவர் நின்றுகொண்டிருக்கிறாரா? இந்தக் கேள்விக்கு இது பதில் என்பதை எப்படி கம்ப்யூட்டருக்குத் தெரிவிப்பது? இதற்கு கம்ப்யூட்டரை உண்டாக்கிய இன்ஜீனியர்களே திறமையாகச் சில செயல்கள் செய்கிறார்கள். அதை உண்டாக்கும்போதே இன்ன இன்ன பைனரி எண்ணுக்கு உன்னைப் பொறுத்தவரை இதுதான் அர்த்தம் என்று அதன் ஜனிப்பிலேயே அப்படி அமைத்திருக்கிறார்கள். உதாரணத்துக்கு ஒரு வகை கம்ப்யூட்டருக்கு, 1010 என்ற ஒரு பைனரி எண்ணைச் சந்தித்தால் அதற்கு உடனே அந்தக் கம்ப்யூட்டரைப் பொறுத்தவரை 'கூட்டு' என்று அர்த்தம். 1011 என்றால் சுழி! 1001 என்றால் பெருக்கு!

இந்த மாதிரி ஆரம்பத்திலேயே அதன் உள்ளத்தில் செயல்களைப் பதிந்து விடுகிறார்கள். நான்கு இலக்கங்கள் கொண்டு பதினாறு பைனரி ஆணைகள் கொடுக்க முடியும்! இந்த ஆணைகள் ஒவ்வொன்றுக்கும் கம்ப்யூட்டர் தயாரிப்பின்போதே அது செய்ய வேண்டிய காரியத்தைத் தீர்மானித்து விடுகிறார்கள். அதனால் இந்த ஆணைத்தொகுப்பை Instruction set வைத்துக்கொண்டு வேண்டிய காரியங்களைச் செய்து கொள்வது நம் சாமர்த்தியத்தைப் பொறுத்தது. நாம் மேற்சொன்ன கற்பனை கம்ப்யூட்டருக்கு 'பெருக்கி, கழித்து, கூட்டு' என்று ஓர் ஆணைத் தொடர் பிறப்பிக்கவேண்டும் என்றால், '100110111010' என்று சொன்னால்

அந்தக் கம்ப்யூட்டர் இந்தப் பணியைச் செய்யும் அல்லவா? ஆனால், இந்த பாஷை நமக்குச் சரிப்பட்டு வராதே! இதை மொழி பெயர்க்க ஏதாவது செய்ய முடியுமா? இப்படிச் செய்தால் கொஞ்சம் பரவாயில்லை.

முன் சொன்னது போல் 10-க்களில் சிக்கலாக எழுதுவதற்குப் பதில் மேலே சொன்ன ஆணைத் தொடரைச் சற்று சுருக்கமாக 'பெரு கழி கூட்' என்று எழுதி ஒரு மொழிபெயர்ப்பாளருக்குக் கொடுத்தால், அவர் அதை 1001 1011 1010 என்று மொழி பெயர்த்துத் தந்தால், இன்னும் கொஞ்சம் அந்தக் கம்ப்யூட்டரை உபயோகிப்பபடுத்துவது எளிதாகிறது அல்லவா? இந்த மொழி பெயர்க்கும் பணியையும் அந்தக் கம்ப்யூட்டரிடமே விட்டு விட்டால் என்ன? இது சாத்தியம்தான்! இதற்கென்று ஒரு புரொ கிராம் எழுதினால் போச்சு! இப்படி எழுதிய புரொகிராமுக்கு அசெம்ப்ளர் என்று பெயர்! 'பெரு கழி கூட்' எல்லாம் சரிதான். ஆனால், இந்த அவசர உலகத்தில் இதைவிடச் சுலபமாகச் சில கம்ப்யூட்டர் மொழிகள் இருந்தால் சௌகரியம் என்ன மொழி!

உதாரணத்துக்கு ஆங்கில மொழியையே எடுத்துக்கொள்ளலாம். 'எப்படிச் செய்வாயோ தெரியாது, ஆங்கிலத்தில் நான் டைப் அடிப்பேன், கேள்விகள் கேட்பேன். ஆணைகள் தருவேன். நீ நான் விரும்பும் விடையை ஆங்கிலத்தில் தர வேண்டும். இதற்கு எப்படியாவது உன் கம்ப்யூட்டரைத் தயார் செய் பார்க்கலாம்' என்று நீங்கள் நியாயமாகக் கேட்கலாம். முடியும். ஆனால், ஆங்கிலத்தில் 'உன் பெயர் என்ன?' என்று கேட்கவேண்டும் என்றால் அதைக் கேட்பதில் எத்தனை விதங்கள் இருக்கின்றன பாருங்கள்.

What is Your name?

Would you please tell me your name?

Can I have your name please?

இந்த எல்லாக் கேள்விகளுக்கும் அர்த்தம் 'உன் பெயர் என்ன' என்று நாம் புரிந்துகொண்டு விடலாம். கம்ப்யூட்டர் என்னும் இயந்திரம் புரிந்துகொள்ள அதற்குள் ஏராளமான சாதனங்களைப் பொருத்த வேண்டியிருக்கும். இதனால் கம்ப்யூட்டரை நிறுவ நிறையச் செலவாகும். நம் மொழிகள் எல்லாமே நாம் ஒருவரை ஒருவர் புரிந்துகொள்வதற்கும் ஒருவருடன் ஒருவர் பழகும்போது

நளினம், நாசூக்கு, மரியாதை போன்ற பற்பல உணர்ச்சிகளைக் காட்டவும், கதை கவிதைக்காகவும் ஏற்பட்டு இயல்பாகப் பிறந்தவை. இவற்றில் விரய வார்த்தைகள் அதிகம்.

கம்ப்யூட்டருக்கு இந்த மனித குணங்கள் எல்லாம் இப்போது தேவையில்லை. ஒரு கம்ப்யூட்டரை உலகின் பல்வேறு பாகங்களில் உபயோகிப்பார்கள். எனவே, கம்ப்யூட்டரின் அபார சக்தியை விரயம் செய்யாதிருக்கவும் அதை உபயோகிப்ப வர்களிடம் ஒருவித ஒருமைப்பாடு ஏற்படவும் ஆங்கிலம் போன்ற சில அம்சங்கள்கொண்ட ஆனால் சந்தேகத்துக்கே இடம் வைக்காத சில மொழிகளை விஞ்ஞானிகளே ஏற்படுத்தி உள்ளனர். இவற்றைக் 'கம்ப்யூட்டர் மொழிகள்' என்று சொல்வார்கள்.

இவை உலகில் எல்லா நாடுகளுக்கும் பொதுவானவை. இந்த மொழிகளைத்தான் பாஸ்கல், ஃபார்ட்ரான், கொபால், பேசிக் என்று சொல்கிறார்கள். இந்த மொழிகளின் விதிமுறைகள் கடுமையானவை. ஒரு வார்த்தைக்கு ஒரு அர்த்தம்தான் உண்டு. கமா இந்த இடத்தில்தான் வர வேண்டும். முற்றுப் புள்ளி இப்படித்தான் என்று சந்தேகத்துக்கு இடம் இல்லாத மொழிகள். இவ்வளவு விதிகள் இருந்தாலும் இந்த மொழிகளைக் கற்றுக் கொள்வது சுலபம்தான். ஏனெனில் 10110 மொழியைவிட இவை எத்தனையோ சிறப்பானவைதான். இந்த மொழிகளைக் கற்றுக் கொண்டவர்கள்தான் புரொகிராம் எழுதுபவர்கள். கம்ப்யூட்டர் களுக்கான ஆணைத் தொடர்களை எழுதுபவர்கள்.

இப்போது உங்கள் சம்பளக் கம்ப்யூட்டருக்கு மறுபடி வருவோம். அந்தக் கம்ப்யூட்டரில் உங்கள் சம்பளத்தைக் கணக்கிடக்கூடிய 'ஆணைத் தொடர்' புரொகிராம் முன்பே எழுதியிருக்க வேண்டும். புரொகிராம் என்பது என்ன செய்யும்? உங்கள் ஆதாரச் சம்பளத்தை எடுத்துக்கொள்ளும். அதிலிருந்து இந்த மாதத்துப் பிடிப்புகளைக் கழிக்கும். உங்கள் ஓவர்டைம் முதலியவற்றைக் கூட்டும். உங்கள் பிராவிடண்ட் ஃபண்ட் முதலியவற்றைக் கணக் கிடும். எல்லாவற்றையும் ஒரு காகிதத்தில் அச்சிட்டுக் காட்டும். இந்தக் காரியத்தைச் செய்வதற்கு அதற்குத் தேவையான செய்தி கள் என்ன? முதலில் உங்கள் பெயர் அல்லது உங்கள் தொழிற் சாலையில் உங்களுக்கு உரித்தான எண்ணிக்கை. இந்தச் செய்தியை எப்படி கம்ப்யூட்டருக்குச் சொல்வது? அதற்குப்

பேசத் தெரியுமா? தற்போதைய கம்ப்யூட்டர்களுக்குப் பேசத் தெரியாது. அவற்றுக்குச் செய்தி சொல்ல டைப் இயந்திரம் போல ஏதாவது உபயோகப்படுத்த வேண்டும். இந்தச் சாதனங்களுக்கு 'இன்புட்' சாதனங்கள் என்று பெயர். உங்களைப் பற்றிய விவரங்களை அதற்கு இந்தச் சாதனங்கள் ஏதாவது ஒன்றின் மூலம் கொடுக்கலாம்.

இதை டெர்மினல் என்பார்கள். இந்த டெர்மினல் மூலம் கம்ப் யூட்டருடன் தொடர்புகொண்டு அதற்கு ஆணைகள் பிறப்பிக் கலாம். டைப் இயந்திரம் போன்ற பகுதியில் உங்கள் பெயர், எண்ணிக்கை போன்ற செய்திகளை கம்ப்யூட்டருக்குத் தரலாம். நீங்கள் டைப் அடிப்பது இதன் டெலிவிஷன் திரையில் தெரியும். கம்ப்யூட்டர் உங்களைக் கேட்கவேண்டிய கேள்விகளையும் இந்தத் திரையில் எழுதிக் காட்டும். இதை 'இன்புட் அவுட்புட்' என்பார்கள். கம்ப்யூட்டருக்கு வேண்டிய செய்திகள் கொடுத் தாலும் அது அறிந்த செய்திகளை அலசி உங்களுக்கு உரிய சம்பளக் குறிப்புகளை அச்சடித்துக் காட்ட வல்ல சாதனங்கள் பல இருக்கின்றன. இம்மாதிரிச் சாதனங்களில் முக்கியமானது லைன் பிரிண்டர் என்பது. இது மிக வேகத்தில் உங்களுக்கு உரிய செய்தி களை அடித்துக் காட்ட வல்லது. கம்ப்யூட்டருக்குச் செய்தி சொல்லவே பல சாதனங்களும் உள்ளன. கார்டு ரீடர் என்பதில், துளையிட்ட கார்டுகளில் சங்கேதங்கள் மூலம் செய்தி சொல்ல லாம். இதுபோல கம்ப்யூட்டருக்கு வெளியே, நமக்குச் செய்தி தெரிவிக்கும் சாதனங்கள் லைன் பிரிண்டர் போலப் பற்பல உள்ளன. டெலிவிஷன் திரையில் எழுதிக் காட்டலாம். அல்லது வேறு வேறு சாதனங்களை அது இயக்கலாம்.

கம்ப்யூட்டருக்குள் நடப்பதென்ன?

நாம் முன்பு சொன்னதுபோல் கம்ப்யூட்டரைச் செயல்படுத்த ஒரு புரோகிராம் அல்லது ஆணைத்தொடர் வேண்டும். கம்ப்யூட்டர் செய்யக்கூடியது சில ஆதார விஷயங்களே. அவற்றைச் சாத்தி யங்கள் என்று சொல்லலாம். 'இதோ பாரப்பா என்னால் இது முடியும்; என்னை வைத்துக்கொண்டு வேலை வாங்க வேண்டியது உன் பொறுப்பு' என்று சொல்வது போல. ஒரு வேலைக்காரனாக அவனால் துடைக்க முடியும். கழுவ முடியும். கடைக்குப் போக முடியும். இப்படி ஒப்பந்தப்பட்ட செயல்களைச் செய்யும் வேலைக்காரனை நீங்கள் தினசரி எப்படி உபயோகிக்கிறீர்கள்?

‘போஸ்ட் ஆபீஸ் போய் மணி ஆர்டர் இருக்கான்னு கேட்டுட்டு வந்துரு, அப்படியே ஸ்கூட்டரை தொடைச்சுரு. அப்படியே ரேஷன் கடைக்குப் போய்...’ இப்படி ஆணைகள் பிறப்பிக்கிறீர் கள் அல்லவா? அது போல கம்ப்யூட்டருக்கும் அது செய்ய வேண்டிய - கூடிய செயல்களை வைத்துக்கொண்டு ஆணைகள் பிறப்பிக்கிறோம். இதுதான் ‘புரொகிராம்’ என்பது. கம்ப்யூட்டர் செய்யக்கூடிய செயல்களின் தொகுப்பை ஆணைத்தொகுப்பு என்று சொல்லலாம். இன்ஸ்ட்ரக்ஷன் ஸெட்.

இந்தத் தொகுப்பை வைத்துக்கொண்டு முதலில் கம்ப்யூட்டருக்கு நம் பாஷை புரியும்படி இருக்க சில மொழிபெயர்ப்புப் புரொ கிராம்களை கம்ப்யூட்டர் தயாரிப்பாளர்களே தருவார்கள். இந்த மொழிபெயர்ப்பு புரொகிராமர்கள் மூலம் ஃபார்ட்ரான் போன்ற மொழிகளில் ‘எழுதப்பட்ட புரொகிராம்’களை கம்ப்யூட்டர் தானாகவே தன் பைனரி மொழியில் மொழி பெயர்த்துக் கொள்கிறது. இம்மாதிரி மொழிபெயர்ப்பு புரொகிராம்களை கம்பைலர்கள் என்பார்கள். இந்தக் கம்பைலர்கள் மூலம் எல்லோருக்கும் தெரிந்த ஒரு கம்ப்யூட்டர் மொழியில் நாம் குறிப்பிட்ட கம்ப்யூட்டருக்கு ஆணை பிறப்பிக்க முடியும். இந்த ஆணைகளைக் கம்ப்யூட்டர் செயல்படுத்தும்.’

உங்களிடம் நான் ஒரு கேள்வி கேட்கிறேன், எட்டும் ஆறும் எவ்வளவு என்று. இந்தக் கேள்விக்கு நீங்கள் சரியாக பதினான்கு என்று பதில் சொல்லும்போது, உங்கள் மூளைக்குள் ஒரு கம்ப்யூட்டருக்குத் தேவையான ஆதாரமான இயக்கங்கள் மூன்றும் நிகழ்கின்றன. அவை இன்புட், அவுட்புட்; பிராஸஸிங்; மெமொரி. எப்படி என்று நிதானமாகப் பார்க்கலாம்.

எட்டும் ஆறும் என்ன என்கிற கேள்வி முதலில் உங்களுக்கு உள்ளே செல்ல வேண்டும்; இந்த உதாரணத்தில் இது உங்கள் செவி மூலம் செல்கிறது. நீங்கள் ஒரு பரீட்சைத் தாளுக்கு விடையளிப்பவராக இருந்தால், இதே கேள்வி உங்களுக்குள் எழுத்து ரூபமாக, கண்பார்வை மூலம் உள்ளே செல்கிறது. உங்களைப் பல கேள்வி கள் கேட்பது போல கம்ப்யூட்டரையும் பல கேள்விகள் கேட்கலாம். இதை இன்புட் என்று சொல்வார்கள். செய்தி உள்ளே போவது உங்களுக்குக் கண், காது, மூக்கு போன்ற புலன்கள் மூலம். கம்ப் யூட்டருக்கு டைப்ரைட்டர் போன்ற சாதனங்கள், டெர்மினல் என்று சொல்லப்படும் டைப்ரைட்டரும் டெலிவிஷன் திரையும் இணைந் தது போன்ற சாதனங்கள் மூலம். இவை எல்லாம் ‘இன்புட்’.

எட்டும் ஆறும் என்ன என்று கேட்கப்படும் கேள்வி, உங்களுக்குச் சப்த ரூபமாக இருக்கிறது. தமிழ் தெரியாதவனை இந்தக் கேள்வி கேட்டால் அதற்குப் பதில் கிடைக்காது. எனவே உள்ளே போகும் செய்தி ஒரு விதமான சங்கேத ரூபமாக, இந்த உதாரணத்தில் - ஒலிக்குறிப்புகளாக - உள்ளே செல்கிறது. பரீட்சை உதாரணத்தில் ஒளிக் குறிப்புகளாக உள்ளே செல்கிறது. இவை எல்லாமே ஒரே கேள்விதான். எனவே இந்த முதலில் கொடுத்த செய்தியை அது என்ன கேட்கிறது என்று அலசவேண்டும். அது நம் மூளையில் நிகழ்கிறது. அதே போல கம்ப்யூட்டரிலும் கொடுக்கப்பட்ட செய்தி அதற்குள் அலசப்படுகிறது. அலசி 'ஓ! இதைக் கேட்கிறார்' என்று தீர்மானிக்கும் பகுதி கம்ப்யூட்டருக்கு உள்ளது. இதை 'டீகோடிங்' என்பார்கள்.

எட்டும் ஆறும் பதினான்கு என்று எப்படிச் சுலபமாக சொல்லி விட்டீர்கள்? உங்கள் மூளைக்குள் எங்கோ எட்டும் ஆறும் பதினான்கு என்கிற செய்தி ஞாபகத்தில் பதிந்திருக்கிறதல்லவா? அந்த ஞாபகத்தில், சின்ன வயசில் நீங்கள் கற்ற எண்சுவடி, வாய்ப்பாடு, அத்தனையும் பதிவாகியிருக்கிறதல்லவா? அதிலி ருந்து இந்த எட்டும் ஆறும் பதினான்கு என்பதைத் தேர்ந்தெடுக் கிறீர்கள். அது போலவே கம்ப்யூட்டருக்கும் ஞாபகப் பகுதி ஒன்று இருக்கிறது. மனித ஞாபகத்தைப் பற்றி விஞ்ஞானிகளுக்கு அதிகம் தெரியவில்லை. ஏதோ ரசாயன, மின்சார சுழற்சி என்கிறார்கள். ஆனால், கம்ப்யூட்டரின் ஞாபகம் எப்படிப்பட்டது என்பது விஞ்ஞானிகளுக்கு ஒழுங்காகத் தெரியும். ஸெமி கண்டக்டர் ஞாபகங்கள். ஒரு சிறிய சிலிக்கன் துண்டில் செய்தியை, நாம் முன்பு சொன்ன பைனரி முறையில் மாற்றிச் சேகரித்து வைத்திருக்கிறார்கள். ஸெமிகண்டக்டர் ஞாபகம் போல் காந்த டேப்புகளிலும், காந்தத் தட்டுகளிலும் இவ்வாறே பைனரி முறையில் சேகரித்து வைத்திருக்கிறார்கள். லட்சக் கணக்கான சின்னச் சின்ன காந்தங்களாக அல்லது சின்னச் சின்ன மின்சாரப் போக்குகளாகச் செய்தியை வைத்திருக்கிறார்கள். எட்டும் ஆறும் பதினான்கு என்று சொல்லும்போது உங்கள் மூளைக்குள் அந்தச் செய்தி எங்கே இருக்கிறது என்று சுலபமாக உங்களால் தேடிக் கண்டுபிடிக்க முடிகிறது. இதற்கு 'ராண்டம் ஆக்ஸஸ்' என்று சொல்வார்கள். ஞாபக வரிசையில் எங்கிருந் தாலும் ஒரு செய்தியைத் தேடிக் கண்டுபிடிப்பது. இந்த சௌகரி யம் கம்ப்யூட்டருக்கும் உண்டு. இந்த ஞாபகத்திலும் இரண்டு வகை உண்டு.

எட்டும் ஆறும் என்று கேட்பதற்குப் பதில், எண்பத்தெட்டும் அறுபத்தாறும் என்று கேட்டால் உடனே உங்களால் பதில் சொல்ல முடியாது. முதலில் எட்டையும் ஆறையும் கூட்டித் தற்காலிகமாக ஞாபகம் வைத்துக் கொள்கிறீர்கள். மறுபடி அடுத்த ஸ்தான எட்டையும் ஆறையும் கூட்டி அதனுடன் மிச்ச மிருக்கும் ஒன்றையும் கூட்டி நூற்றைம்பத்து நாலு என்று சொல் கிறீர்கள். இங்கே புதுசாக இரண்டு விஷயங்கள் உள்ளன. தற் காலிகமான ஞாபகம், மற்றும் கூட்டும் முறை. தற்போதைக்கு என்று அந்த ஒன்றை வைத்துக் கொள்ளும் வசதி மூளையில் இருக்கிறது. எட்டும் ஆறும் பதினான்கு என்பது அழிக்க முடியாத ஞாபகம். ஆனால், அந்த ஒன்றைக் கூட்டினவுடன் மறந்து விடு வீர்கள். இன்று காலை என்ன சாப்பிட்டோம் என்று உங்களுக்கு நினைவு இருக்கிறது. ஆனால், போன மாதம் இருபதாம் தேதி என்ன சாப்பிட்டோம் என்பது நினைவில்லை. ஆனால், உங்கள் பெயரை நீங்கள் மறந்ததுண்டோ? வாழ்நாளில் கிடையாது. எனவே நம் ஞாபகத்திலும் இரண்டு வகை இருக்கிறது. தற்காலிக ஞாபகம், நிரந்தர ஞாபகம். கம்ப்யூட்டரிலும் தற்காலிக நிரந்தர ஞாபகங்கள் உண்டு.

மற்றொரு விஷயம் எண்பத்தெட்டையும் அறுபத்தாறையும் கூட்டுவதற்கு என்று நீங்கள் ஒரு குறிப்பிட்ட முறையைப் பயன் படுத்தினீர்கள். இந்தச் செயல்பாட்டுக்கு அல்கரிதம் என்பார்கள். கூட்டல் கழித்தல் இவற்றை எல்லாம் செய்வதற்கு நீங்கள் மனசுக் குள் ஒரு வழிமுறை வைத்திருப்பீர்கள். அதுபோல் கம்ப்யூட்ட ரும் உள்ளுக்குள் சின்னச்சின்ன வழிமுறைகளை வைத்திருக் கிறது. இந்த மாதிரிக் கூட்டல்,கழித்தல், சில தீர்மானங்கள் இவற்றை கம்ப்யூட்டர் செய்யும் பகுதியை ஸிபியூ - சென்ட்ரல் பிராஸஸிங் யூனிட் - என்பார்கள். சரி. எட்டும் ஆறும் பதினான்கு என்று வெற்றிகரமாகக் கண்டுபிடித்து வெளியுலகத்துக்கு வாய் வார்த்தையாகவோ எழுத்து மூலமாகவோ சொல்கிறீர்கள் அல்லவா? அதைத்தான் கம்ப்யூட்டரின் ‘அவுட்புட்’ செய்கிறது. கம்ப்யூட்டருக்குத் தற்போது குரல் கிடையாது. அதற்கு பதில் அது ஒரு பிரிண்டரில் எழுதிக் காட்டிவிடும் அல்லது ஒரு டெலிவிஷன் திரையில் வரைந்து காட்டும்.

மொத்தச் சமாசாரமே கம்ப்யூட்டரில் அவ்வளவுதான். இன்புட் - அவுட்புட், பிராஸஸர், மெமொரி, உள்வெளி, கணக்கீடு, ஞாபகம்! அவ்வளவு ஒன்றும் சிக்கலில்லையல்லவா? இங்கு ஒரு

எச்சரிக்கை. கம்ப்யூட்டரையும் மூளையையும் ஒப்பிட்டுச் சொன்னேன். இந்த உவமையை முழுவதும் தீவிரமாகச் சொல்ல முடியாது. பற்பல விஷயங்களில் கம்ப்யூட்டர் மனித மூளையில் இருந்து வேறுபட்டது. மூளைக்குச் சிந்திக்கும் சக்தி உண்டு. கற்பனைத் திறன், கவிதை என்றெல்லாம் ஆரம்பித்தால் கம்ப் யூட்டர் பின்வாங்கி விடும். கம்ப்யூட்டர், கலைகளில் என்ன செய்யக்கூடியது என்பது பற்றிக் கடைசியில் பார்ப்போம்.

இன்றைக்குக் கம்ப்யூட்டரை உபயோகப்படுத்தாத துறையே இல்லை.

சென்னை நகரத்தையே எடுத்துக்கொள்ளுங்கள். அருகே இருக் கும் கேஜே ஆஸ்பத்திரிக்குப் போனால், ஒரு மினி கம்ப்யூட்டர் மூளைக்குள் எடுத்த எக்ஸ்ரே படங்களை அலசி டி.வி. திரையில் வரைந்து காட்டுகிறது. ஐ.ஐ.டி. மற்றும் பொறியியற் கல்லூரி கம்ப்யூட்டர் போலீஸுக்கு விரல் ரேகைகளை அலச உதவுகிறது. ஒரு குற்றத்தின் வர்ணனையிலிருந்து அதை சின்னசாமி, மாட சாமி, சேகர் போன்ற பழைய கேடிகள் செய்திருக்க முடியும் என்று பட்டியலிட்டுச் சொல்கிறது. போலீஸ்காரர்கள் எங்களை அனுமதித்தால் மவுண்ட் ரோடு போக்குவரத்து முழுவதையும் ஒரு குட்டி கம்ப்யூட்டரால் சீர்படுத்தி அமைக்க முடியும். காத்திருக்கும் வண்டிகளுக்கு ஏற்ப, அனுமதி நேரத்தைப் பச்சை விளக்கின் நேரத்தை அது தீர்மானிக்குமாறு புரொகிராம் எழுதலாம்.

எல்.ஐ.ஸி.காரர்கள் கம்ப்யூட்டரை உபயோகப்படுத்தித்தான் 'ப்ரிமீயம் நோட்டீஸ்' அனுப்புகிறார்கள். இதேபோல மின் வாரியம், குடிநீர் வாரியம் போன்றவர்களுக்கும் டெலிபோன் இலாகாவுக்கும் பில் அனுப்பக் கம்ப்யூட்டரைப் போல் தகுதி யான சாதனம் வேறு இல்லை. பல்கலைக்கழகம், பள்ளியிறுதி போர்டு போன்றவர்களுக்கு மதிப்பெண்களை, சான்றிதழ்களை எல்லாம் அடித்துக் கொடுக்க கம்ப்யூட்டர் பயன்படுகிறது. சென்னையைச் சுற்றிலும் உள்ள பற்பல மில்களில் தொழி லாளர்களின் சம்பளம், பிடிப்பு போன்ற விவரங்களைத் துல்லிய மாக கம்ப்யூட்டர்தான் கணக்கிட்டு அச்சிட்டுக் காட்டுகிறது. இதேபோல் தொழிற்சாலையில் உற்பத்தியைக் கட்டுப்படுத்து வதற்கும் ஸ்டாக்கில் இருக்கும் பொருள்களைச் சரியாகக் கட்டுப்படுத்தி லாபம் ஈட்டித்தரவும் கம்ப்யூட்டர் பயன்படுகிறது.

பெரிய படிப்புப் படிக்கும் மாணவர்கள், பற்பல சிக்கலான கணக்குகளைப் போடுவதற்குக் கம்ப்யூட்டர் உபயோகிக் கிறார்கள். இன்று சென்னையில் வெளியிடப்படும் 'ஹிந்து' நாளிதழ் கம்ப்யூட்டரின் உதவியுடன் அச்சுக்கோர்க்கப்படுகிறது. தமிழில் 'குமுதம்' முதலில் இந்த முறையைப் பயன்படுத்தி இருக்கிறது. கூடிய விரைவில் மீனம்பாக்கம் விமான நிலை யத்தில் ரிசர்வேஷனுக்காக இண்டியன் ஏர்லைன்ஸூம், ஏர் இண்டியாவும் கம்ப்யூட்டர் டெர்மினல்களை நிறுவப் போகி றார்கள். சென்னையிலிருந்தே நைரோபி லண்டன் ஃப்ளைட் டுக்கு ரிசர்வ் செய்யலாம்.

வங்கிகளில் இன்னும் கம்ப்யூட்டர் வரவில்லை. (ஸ்டிரைக் செய்வார்கள் போலும்). இருந்தும் வங்கிகளில் கம்ப்யூட்டர் உபயோகம் மிக அதிகம் இருக்கிறது. கடன் தொகை பரிசீலனை, டிபாஸிட்காரரின் கணக்கைப் புதுப்பிப்பது எல்லாவற்றுக்கும் மேல்நாடுகளில் கம்ப்யூட்டரை உபயோகப்படுத்துகிறார்கள். டெல்லர் டெர்மினல் என்பதிலிருந்து நோட்டுகளைக்கூட கம்ப்யூட்டரே எண்ணிக் கொடுத்துவிடுகிறது.

சர்க்காருக்குத் தேவைப்படும் ராட்சதத் தகவல்களைத் தர கம்ப் யூட்டருக்கு ஈடானது ஏதும் இல்லை. சென்ஸஸ், இன்கம்-டாக்ஸ், மற்றும் எத்தனை ரிப்போர்ட்டுகள்; எல்லாவற்றையும் கொஞ்சம்கூட முனகாமல் கம்ப்யூட்டர் அச்சடித்துத் தரும்.

கம்ப்யூட்டரும் கலைகளும் என்பது பற்றிக் கொஞ்சம் சொல்வோம். கம்ப்யூட்டர் வெறும் கணக்கியந்திரம் அல்ல; அதைப் புத்திசாலித்தனமாக உபயோகித்தால் அதை நளின நாசூக்கான காரியங்களையும் செய்ய வைக்கலாம். என்ன பாட வேண்டும் என்று புரொகிராம் எழுதிக் கொடுத்துவிட்டால் அது பாடும். சுமாராகக் கவிதைகூட எழுதும். பற்பல அட்டகாச டிஸைன்களை வரைந்து காட்டும். கம்ப்யூட்டர் அனிமேஷன் என்ற கார்ட்டூன் படங்கள்கூடத் தயாரிக்கும்.

சென்னையில் பல இடங்களில் வீடியோ கேம்ஸ் பார்த்திருப் பீர்கள். அவற்றை இயக்குவது எல்லாம் மைக்ரோ கம்ப்யூட்டர் கள்தான். இந்தக் கலை விஷயத்தைக் கொஞ்சம் ஜாக்கிரதை யாகப் பார்க்க வேண்டும். பாடும் என்றால் சொந்தமாக யேசுதாஸ் போன்ற கற்பனா சக்தியுடன் மூன்று மணி கச்சேரி தன் இஷ்டப் படிப் பிளந்து கட்டும் என்று கொள்ள வேண்டாம்; புரொகிராம்

எழுதினவர் என்ன சொல்லிக் கொடுத்திருக்கிறாரோ அதை ஒழுங்காகச் செய்யும்; அவ்வளவுதான்.

அதே போல்தான் மற்ற கலை வடிவங்களும். உதாரணமாக ஒரு கம்ப்யூட்டர் கதை எழுதினால், ஏதோ பரவாயில்லை என்று இருக்கும்.

கம்ப்யூட்டர்கள் விமான நிலையங்களில் விமானங்களைக் கட்டுப்படுத்த - செலுத்த எல்லாம் உபயோகப்படுகின்றன. ராணுவத்தில் அவற்றின் உபயோகங்கள் சொல்லி மாளாது. ஸ்ரீஹரிகோட்டாவில் ராக்கெட்டுகளையும் இந்தியா அனுப்பி வைத்த பாஸ்கரா செயற்கைக் கிரகங்களைக் கட்டுப்படுத்துவதும் கம்ப்யூட்டர்களே.

சொல்லிக்கொண்டே போகலாம். நேரம் போதாது.

கம்ப்யூட்டரைப் பற்றிப் பயப்படாதீர்கள். அது ஒரு சிநேகித மான சேவகன். முனகாது, சளைக்காது, உங்கள் பெண்ணைக் காதலிக்கிறேன் என்று சொல்லாது!